எட்டாயிரம் தலைமுறை

தமிழ்மகன்

விலை : ரூ.200/-

மின்னங்காடி

பதிப்பக வெளியீடு - 62

எட்டாயிரம் தலைமுறை

நாவல்

ஆசிரியர் : தமிழ்மகன்
முதல் பதிப்பு : 2008
இரண்டாம் பதிப்பு : 2017
மூன்றாம் பதிப்பு : 2024

வெளியீடு : மின்னங்காடி பதிப்பகம்
24, அண்ணா 3-வது குறுக்குத் தெரு,
அவ்வை நகர், பாடி, சென்னை - 50.

Rs. 200/-

Ettayiram Thalaimurai

Author : Tamilmagan
First Edition : 2008
Second Edition : 2017
Third Edition : 2024
Published by : Minnangadi Publications
24, Anna 3rd Cross Street,
Avvai Nagar, Padi, Chennai - 50
Website : www.minnangadi.com
Mail : minnangadipublications@gmail.com
Phone : 72992 41264

ISBN : 978-93-92973-59-8

அன்பு மனைவி
திலகவதி

செல்லக்குழந்தைகள்
மாக்ஸிம், அஞ்சலி
ஆகியோருக்கு...

ஆசிரியர் குறிப்பு

பிறப்பு, படிப்பு, பணி

- தமிழ்மகன் என்கிற பா.வெங்கடேசன் சென்னையில் 1964-ல் பிறந்தவர்.
- படிப்பு; B.Sc., M.A. மாநிலக் கல்லூரி, சென்னைப் பல்கலைக்கழகம்.
- 1989 தொடங்கி போலீஸ் செய்தி, தமிழன் நாளிதழ், வண்ணத்திரை, தினமணி, குமுதம், குங்குமம், ஆனந்த விகடன் இதழ்களில் 2019 வரை பணியாற்றியவர்.
- மாநிலக் கல்லூரியில் படித்தபோது ‘பூமிக்குப் புரியவைப்போம்’, ‘ஆறறிவு மரங்கள்’ என இரண்டு கவிதைத் தொகுதிகள் வெளியாகின.
- இளைஞர் ஆண்டையொட்டி, 1984-ல் டி.வி.எஸ். நிறுவனமும் இதயம் பேசுகிறது இதழும் இணைந்து நடத்திய போட்டியில் இவரது வெள்ளை நிறத்தில் ஒரு காதல் புதினம் முதல் பரிசு பெற்றது. இதயம் பேசிறது இதழில் தொடராக வெளியானது. அரசியல் விமர்சகர் சின்னக்குத்தூசி தேர்வு செய்தார். இதுவும் கல்லூரி படிக்கும்போதே நிகழ்ந்தது. பேராசிரியர்கள் இரா.இளவரசு, கவிஞர் மு.மேத்தா, பொன். செல்வகணபதி, இ.மறைமலை, பி.சிவகுமார் போன்றோர் ஆசிரியர்களாக – வழிகாட்டிகளாக- அமைந்தனர்.

விருதுகள்

- 1984-ல் இதயம் பேசுகிறது - டி.வி.எஸ் நிறுவனம் நடத்திய போட்டியில் வெள்ளை நிறத்தில் ஒரு காதல் நாவலுக்கு விருது.
- மொத்தத்தில் சுமாரான வாரம் குறுநாவல் தி.ஜானகிராமன் நினைவு போட்டியில் தேர்வு செய்யப்பட்டது. 1986-ல் தேர்வு செய்தவர் எழுத்தாளர் அசோகமித்திரன்.
- இவர் எழுதிய மானுடப் பண்ணை நாவல் 1996இல் தமிழக அரசின் விருது பெற்றது.
- எட்டாயிரம் தலைமுறை சிறுகதைத் தொகுப்பு 2008-ம் ஆண்டுக்கான தமிழக அரசின் விருது பெற்றது.
- எழுத்தாளர் சுஜாதா நினைவு அறிவியல் புனைகதை விருது (2008).
- வெட்டுப்புலி நாவல் (2009) கோவை ரங்கம்மாள் நினைவு விருது, ஜெயந்தன் அறக்கட்டளை விருது பெற்றது.

- ஆண்பால் பெண்பால் நாவலுக்கு (2011) விகடன் விருதும் ஜி.எஸ். மணி நினைவு விருதும் கிடைத்துள்ளன.

- வனசாட்சி நாவல் (2012) சுஜாதா அறக்கட்டளை விருது, மலைச்சொல் விருதுகள், அமுதன் அடிகள் விருது ஆகியன பெற்றது.

- வேங்கை நங்கூரத்தின் ஜீன் குறிப்புகள் நாவலுக்கு கனடா இலக்கியத் தோட்ட புனைவு இலைக்கிய விருது (2017) பெற்றார்.

- திராவிடர் கழகத்தின் பெரியார் விருது (2014), விஜய் டி.வி நீயா? நானா? வழங்கிய இலக்கிய விருது (2016) உள்ளிட்ட பல விருதுகள் பெற்றவர்.

- படைவீடு நாவல் (2021) வென்றுமண்கொண்டார் விருது, சௌமா விருது, வள்ளுவப் பண்பாட்டு விருது, உலகத் தமிழ்ப் பண்பாட்டு மையம் விருது ஆகியன பெற்றது.

எழுதிய நூல்கள்

- பூமிக்குப் புரியவைப்போம், ஆறறிவு மரங்கள் இரண்டும் கவிதைத் தொகுப்புகள்.

- வெள்ளை நிறத்தில் ஒரு காதல் (1984), மானுடப் பண்ணை நாவல் (1996), சொல்லித் தந்த பூமி (1997), ஏவி. எம். ஸ்டூடியோ ஏழாவது தளம் (2007), வெட்டுப்புலி (2009),ஆண்பால் பெண்பால் (2011), வனசாட்சி (2012), ஆபரேஷன் நோவா (2014), தாரகை (2016), நான் ரம்யாவாக இருக்கிறேன் (2018), படைவீடு (2020), பிரம்மராட்சஷ் (2021) ஆகியவை இவரது நாவல்கள்.

- எட்டாயிரம் தலைமுறை (2008), மீன்மலர் (2008), அமரர் சுஜாதா (2013), மஞ்சு அக்காவின் மூன்று முகங்கள் (2014), சாலை ஓரத்திலே வேலையற்றதுகள் (2021), தமிழ்மகன் 100 சிறுகதைகள் இவரது சிறுகதைத் தொகுப்புகள்.

- இவருடைய நூல்கள் பலவும் முனைவர் பட்டத்துக்கும் ஆய்வு பட்டயங்களுக்கும் எடுத்தாளப்பட்டுள்ளன. கல்லூரிகளில் பாடமாக வைக்கப்பட்டுள்ளன.

- திரைப் பிரமுகர்கள் பற்றிய அரிய செய்திகளைச் சொல்லும் செல்லுலாயிட் சித்திரங்கள் (திரை) (2009), நூற்றாண்டு கண்ட தமிழ்ச் சிறுகதைகளை அறிமுகப்படுத்தும் தமிழ்ச் சிறுகதைக் களஞ்சியம் - (2013) ஆகிய கட்டுரைத் தொகுப்புகளும் இவர் படைப்புகள். சென்னையின் வரலாற்றை மெட்ராஸ் நல்ல மெட்ராஸ் (2016) என்ற பெயரில் எழுதியிருக்கிறார்.

விகடன் இணைய இதழில் வெளிவந்து பெரும் வரவேற்பைப் பெற்றது.

- ஆனந்த விகடனில் வெளியான ஆபரேஷன் நோவா (2014), ஜூனியர் விகடனில் வெளியான 'நான் ரம்யாவாக இருக்கிறேன்' (2018) ஆகிய அறிவியல் புனைகதைகள் பெரும் வாசக வரவேற்பைப் பெற்றன. திரையுலகைப் பின்னணியாகக் கொண்டு தாரகை என்ற நாவலை எழுதியுள்ளார்.

திரைத்துறை பணிகள்

- உள்ளக்கடத்தல், ரசிகர் மன்றம், பீட்ஸா மம்மி -3, கொற்றவை உள்ளிட்ட திரைப்படங்களுக்கு வசனம் எழுதியுள்ளார். நான் ரம்யாவாக இருக்கிறேன், ஆபரேஷன் நோவா நாவல்கள் சினிமாவுக்காக ஒப்பந்தமாகியுள்ளன.

குடும்பம்

தந்தை க.பாலகிருஷ்ணன் - தாய் பார்வதி. மனைவி திலகவதி.

மகன் மாக்ஸிம் - மருமகள் த.சந்தியா. பேத்தி அகல்விழி.

மகள் அஞ்சலி - மருமகன் ஸ்ரீதர். பேரன்கள் அதியமான், அகிலன்.

தொடர்புக்கு:
writertamilmagan@gmail.com
7824049160

நகையுணர்வுடன் கூடிய விமர்சனப் பார்வை

இருபதாண்டுகளுக்கும் மேலாகப்பத்திரிகைத் துறையில் பணியாற்றுகிறவர். அதன் காரணமாக அரசியல்வாதிகள், திரைப்படக் கலைஞர்கள், கலை இலக்கியவாதிகள், சாதாரண மனிதர்கள் எனச் சமூகத்தின் பலதரப்பட்ட வர்களுடன் பழகும் வாய்ப்புப் பெற்றவர். நானும் அவரும் ஒரு சில ஆண்டுகள் சென்னையில் தினமணி நாளிதழின் இதழ்கள் பிரிவில் சேர்ந்து பணியாற்றியிருக்கிறோம். அந்தக் காலகட்டத்தில் அவரைப் பற்றி ஓரளவில் புரிந்து கொண்டிருப்பவன்.

எல்லோரிடமும் சகஜமாகவும் இனிமையாகவும் பழகக் கூடியவர் தமிழ்மகன். எந்தவிதமான விமர் சனங்களையும் நகைச்சுவையுடன் வெளிப்படுத்தக் கூடியவர். 'நீர் வழிப் படூஉம் புணைபோல' வாழ்க்கையை எதிர்கொள்ளப் பழகியவர். அதனால் இந்த வாழ்க்கை குறித்தான பெரிய புகார்கள் ஏதும் அவரிடமில்லை. அதனால் சமகாலத்திய மதிப்பீடு களுடன் சமரசம் செய்து கொள்பவர் என்றும் கூறிவிட முடியாது. எதையும் வித்தியாசமாகச் செய்ய வேண்டுமென்று நினைப்பவர். அவருக்கென்று ஒரு பார்வை, கருத்து நிலைப்பாடு உண்டு. எதிலும் பட்டும் படாத ஒரு தன்மை கொண்டவர். ஒரு மனிதர்– பத்திரிகையாளர் என்ற வகையில் தமிழ்மகனைப் பற்றிய என்னுடைய புரிதல் இது.

ஒரு கதாசிரியர் என்ற வகையிலும் அவருடைய சிறுகதைகள் மூலமாக நான் அறியும் தமிழ்மகன் மேலே குறிப்பிட்ட குணாம்சங்களுடன் சிறிதும் முரண்படாதவராகவே தெரிய வருகிறார். படைப்புக் கென்றொரு வித்தியாசமான முகத்தை அணிந்து கொள்ளாதவர். எல்லாவற்றையுமே புரட்டிப் போட முனையும் 'கலகக்கார'ப் பாவனையேதும் அவரிடம் கிடையாது. இன்றைய வாழ்க்கையின் புதிர்களையும் அபத்தங்களையும் அவற்றை எதிர் கொள்ளும் மனிதர் களையும் ஒரு பார்வையாளனாக விலகி நிற்காமல் ஒரு பங்கேற்பாளனாகத் தன்னையும் உள்ளடக்கி நகைச் சுவை கலந்த கிண்டலுடன் விமர்சனம் செய்கிறவர். இன்றைய அரசியல், ஊடகங்கள், திரைப்படங்கள், சமூக மதிப்பீடுகள் அனைத்தின் மீதும் தமிழ்மகனுக்கு விமர்சனங்கள் உண்டு. அந்த விமர்சனங்கள் கதை சொல்லியின் குறுக்கீடாக– தொகுத்துச் சேகரித்து வைத்துக் கொள்ள வசதியான 'பொன் மொழி'களாக அல்லாமல் கதைப் போக்கினூடாகவே வெளிப் படுவது தமிழ்மகன் கதைகளில் குறிப்பிடத்தகுந்த அம்சமாகும்.

தனது கதைகள் ஒன்று போலில்லாமல் வித்தியாச மாக அமைய வேண்டும் என்கிற பிரக்ஞைபூர்வமான அவரது எத்தனிப்பை இத் தொகுப்பிலுள்ள கதை களின் மூலம் தெளிவாகவே அறிய முடிகிறது. ஒரு கதாபாத்திரத்தின் பார்வையில் கதையை நகர்த்திச் செல்வது ('கன்று', 'அக்கா', 'ஹூம்') முழுக்கவும் பாத்திரங்களின் உரையாடல் மூலமாகவே அமைவது ('பத்தினி', 'நேசம்'), சிறுசிறு சம்பவங்களின் மூலமாக நகர்வது ('முன்னாள் தெய்வம்') என்ற வகையிலான அமைப்புக் கொண்ட கதைகள் இவை.

தமிழ்மகன் தனது கதையை எவ்வாறு கட்டமைக் கிறார் என்பதை, இத்தொகுப்பிலுள்ள அக்கா சிறுகதையை முன்வைத்துப் பார்க்கலாம். சிறிய கவனப் பிசகிலும் மிகையுணர்ச்சி கொண்டதாக மாறிவிடக்கூடிய சம்பவத்தை அவ்வாறாகிவிடாமல் யதார்த்தமாகச் சித்திரித்திருக்கிறார் தமிழ்மகன்.

சாராயக் கடையில் வேலை பார்க்கும் கணேஷ் என்கிற இருபத்து நான்கு வயதான இளைஞனின் பார்வையில் கதை சொல்லப்படுகிறது. மில்லில் வேலை பார்க்கும் அப்பா. மில் சம்பளம் அவரது குடி செலவுக்கே போதுவதில்லை. எனவே மகனுக்கு டி.பி. என்றும் மகளுக்குத் திருமணம் என்றும் லோன் வாங்கிக் குடிப்பவர். அக்காள் மாடாக உழைத்துக் குடும்பத்தைச் சமாளித்து வருகிறாள். தம்பியையும் பத்தாவது வரை படிக்க வைக்கிறாள். இருபத் தொன்பது வயதாகியும் அவளுக்குத் திருமணம் செய்து வைக்க அந்தத் தந்தை முயற்சி எதுவும் எடுக்கவில்லை. திடீரென்று ஒருநாள் அவள் தனக்குப் பிடித்தவனுடன் ஓடிப் போகிறாள். இவ்வளவுதான் கதை. அதைக் கதையாக்கியிருக்கும் விதம் சிறப்பாக இருக்கிறது. கதைப் போக்குக்குத் தேவையில்லாத சம்பவங்களோ, வரிகளோகூட இல்லாமல் கச்சித மான அமைப்புக் கொண்ட கதை இது.

தந்தையையும் தம்பியையும் விட்டுவிட்டு அவள் ஓடிப் போனது ஏன்? அவளுக்கு வயது இருபத் தொன்பது. எட்டு ஆண்டுகளுக்கு முன்னால், மில்லில் லோன் வாங்குவதற்காக அப்பா அச்சடித்த அழைப் பிதழ்களில் சிலவற்றை அவளது பெட்டியில் ஒருநாள் தம்பி பார்க்கிறான். இதைக் கதைச் சொல்லியான தம்பி நினைவுகூர்வதன் மூலம் அவள் வீட்டைவிட்டுச் சென்றதற்கான அவள் பக்கத்து நியாயம் உணர்த்தப் படுகிறது. அவள் யாருடன் சென்றாள் என்கிற விபர மெல்லாம் கதையில் சொல்லப்படவில்லை.

அக்காள் வீட்டைவிட்டுச் சென்றுவிட்டதை அப்பா மூலம் அறிந்த தம்பி, அவள் செய்தது தப்பா என்று தீர்மானிக்க முடியாமல், அப்பா வற்புறுத்தியும் சாப்பிடாமல் நைட் ஷிப்டு என்று பொய் சொல்லி விட்டு

மீண்டும் சாராயக் கடை நோக்கிப் போகிறான். "நாளையிலிருந்து யார் சமைப்பார்கள் என்று தெரிய வில்லை. அக்கா நிஜமாகவே வரமாட்டாளா ?" என்ற சிந்தனையுடன் டீ குடித்து விட்டு, சாராயக் கடை யிலிருந்து வரும் வழியில் அவன் மீது திடீர் பாசம் கொண்ட தெருநாய்க்கு இரண்டு பொறைகள் வாங்கிக் கொண்டு போகிறான். (அந்த நாயினைப் போன்ற விசுவாசம் கலந்த பாசத்தைத் தன் அக்கா ளிடம் எதிர் பார்க்கிறவனா அந்தத் தம்பி ?) கதையின் முடிவு, வாசகரின் யூகத்துக்கானது. அவரவர் வாசிப் பனுபவம் சார்ந்து கதையின் கதாபாத்திரங்கள் குறித் தான அபிப்பிராயத்தை உருவாக்கிக் கொள்ளலாம்.

மனிதர்கள் கூட்டம்கூட்டமாக, வேட்டையாடிப் புசித்து, குகைகளில் மிருகங்கள் போல் வாழ்ந்த காலப் பின்னணியில் கலையில் காதலும், காதலில் கலையும் உருவானதை அதீதப் புனைவுபோல் சித்திரிக்கும் கதை 'எட்டாயிரம் தலைமுறை'. கல்லால் அடித்து வீழ்த்தப் பட்ட காட்டெருமையைக் குகைக்கு இழுத்து வரும் போது, அதிலிருந்து சொட்டிய ரத்தக் கோடுகளின் கோலம் ஒருவனுள் கலையுணர்வைக் கிளர்விக்கிறது. அந்த ரத்தத்தால், தான் வசிக்கும் குகையிலும் கோடு களை வரைகிறான். பிரமிப்பிலாழ்ந்திருந்த அவனுள், நிலவொளியில் தெரியும் பெண்ணின் ஒளிவளைவுகள் மேலும் கிளர்ச்சியை ஏற்படுத்துகின்றன. கூரிய கல் லால் குகைச்சுவரில் பெருக்கல் குறியும் வட்டமும் கீறி அவனறிந்த அளவில் அவளை ஓர் ஓவியமாக்கி ஆனந் தக் கூத்தாடுகிறான். பின்னொரு நாள், அந்தக் கூட்டத் தினர் தங்கள் எதிரிபோல் பாவித்து வந்த முட்செடி யின் பூக்களைக் கிள்ளியெடுத்து வைத்திருக்கும் அப்பெண்ணையும் அந்தக் கோலத்தில் அவளை ஓவியமாகத் தீட்டிக் கொண்டிருக்கும் அந்த ஆதிக் கலைஞனையும் பார்த்து வெறிகொண்ட கூட்டம் அவர்களைக் கல்லெறிந்து தாக்குகின்றது. இருவரும் தப்பியோடி, வேறொரு குகைக்குச் சென்று தங்கி, முட்செடிகளைப் பயிரிட்டு மகிழ்ந்ததாகவும், பின்னா ளில் அந்தச் செடி ரோஜா என்றழைக்கப்பட்டு, காதலின் அடையாளமாகப் போற்றப்படுவதாகவும், அவர்கள் கதையின் அடையாளமாகவே தனது வீட்டுத் தொட்டியில் ஒரு ரோஜாச் செடி இருப்பதாகவும் கூறிக் கதையை முடிக்கிறார் கதைசொல்லி.

ஆதி மனிதனுள் கலையுணர்வு தோற்றம் கொண்டதையும் காதலர்கள் காதலின் அடையாளமாக ரோஜா வைப் போற்றுவதற் கான காரணத்தையும் இப்படிக் கற்பனை செய்கிறார் தமிழ்மகன். கலையும் காதலும் சமூகத்தால் எதிர்கொள்ளப்படும்விதம் குறித்தான சூசகமான விமர்சனத்தொனி இந்தப் புனைவை இன்றைய சூழலுக்கும் பொருத்த முடையதாக்குகிறது. இத்தகைய அதீதப் புனைவு கொண்ட கதைகளையே சமீப காலத்தில் அவர் அதிக அளவிலும் எழுதி வருகிறார்.

புதுமைப்பித்தன், ந.பிச்சமூர்த்தி, கு.ப.ரா., மௌனி போன்றவர்களை முன்னோடிகளாகக் கொண்ட தீவிர இலக்கியச் சிறுகதைப் போக்கின் வாரிசு அல்ல தமிழ்மகன். அதே சமயம் இன்றைய வெகுஜனச் சிறுகதைகளின் கிளுகிளுப்புகளும் அபத்தங்களும் கொண்ட கதைகளை எழுதுபவரும் அல்ல. தரமான வெகுமக்கள் சிறுகதைகளுக்குத் தமிழ்மகனின் கதை களைச் சிறந்த உதாரணமாகக் குறிப்பிடலாம். அப்படியொரு வெகுஜனக் கதை மரபு தமிழில் ஒரு காலத்தில் இருந்து, இன்று காணாமல் போய்விட் அல்லது தரம் தாழ்ந்துவிட்ட சூழ்நிலையில், தமிழ்மகனின் கதைகள் கவனிப்புக் குரியவையாகின்றன. தீவிர இலக்கியவாதிகளும் பொருட்படுத்தி வாசிக்கத் தகுந்தவையாகின்றன என்பது என் நம்பிக்கை.

- ராஜமார்த்தாண்டன்

இடையன்விளை

23.7.2008

சார்பியல் முடிவுகளை நோக்கி...

இந்திய பக்தன் வடக்கு போய் காசியில் புண்ணியம் தேடினால், பாகிஸ்தானில் இருக்கிற தீவிரவாதி கிழக்கு நோக்கி வந்து அதே காசியில் வெடிகுண்டு வைத்து வஞ்சம் தீர்க்கிறான்.

மேலே உள்ள வாக்கியம் நமக்குள் ஏற்படுத்துவது என்ன?

பெரும்பாலும் முதல் உணர்வாக பாகிஸ்தான் அந்தத் தீவிரவாதி மீது கோபம்.

கொஞ்சம் ஆழ்ந்து போனால் இந்திய பக்தன் என்பவன் யார்? அல்லது பாகிஸ்தான் தீவிரவாதி என்ப வன் யார்?... இவர்கள் எந்தக் காலகட்டங்களில் உருவா னார்கள். அவர்களுக்குள் பகைமை ஏற்பட்டது ஏன்?... போன்ற கேள்விகள்... அதற்கு விதம்விதமான பதில்கள்.

இந்த அமைப்புகள் தோன்றுவதற்கு முன்பு இவர்கள் வேறு எதற்காகவெல்லாம் சண்டை போட்டுக் கொண்டிருந்தார்கள் என்று யோசிப்பதும் ஆய்வதும் முதல் பாராவின் சார்பு சிந்தனை. இன்னொருவிதமாகப் பார்ப்போம்.

காசி வடக்கில் இருக்கிறதா, கிழக்கில் இருக்கிறதா? தமிழ்நாட்டுக்கு வடக்கே இருக்கிறது. பாகிஸ் தானுக்குக் கிழக்கே இருக்கிறது. அது புண்ணியம் தருகிற இடமா, வஞ்சம் தீர்க்கிற இடமா? ஒரு சாராருக்குப் புண்ணிய பூமி. இன்னொரு சாராருக்கு அந்நிய பூமி.

ஒன்றைச் சார்ந்திருப்பது மனிதனின் பலம். மனதின் பலம். ஒன்றைச் சார்ந்து ஒன்று. ஒன்றைச் சார்ந்துதான் இன்னொன்று. பொருள் உலகில், ஒன்றுமில்லாத இடத்தில் ஒன்றுக்குமே இடமில்லை.

சென்ற நூற்றாண்டின் கடைசி கால் பகுதியில் நான் கொஞ்சம் அசட்டு தைரியத்துடன் இருந்தேன். இன் றைய என்னை ஒப்பிட்டுப் பார்க்கும்போது வித்தி யாசமாகத்தான் இருக்கிறது. 75–ம் ஆண்டுக்கு முன்னும் பின்னுமான காலகட்டம். எனக்கு வயது சுமார் எட்டி லிருந்து பத்து. எனக்கு அப்போது ஒரு ஆசை இருந்தது. மிகப் பெரிய ரௌடியாகி நாட்டைக் காப்பாற்ற வேண் டும் என்பதுதான் அந்த ஆசை.

அப்போதைய ரௌடிகள் அரசியல்வாதிகளின் அடி யாட்களாகவோ, இல்லாமல் கூலிப்படையாகவோ சொந்த வலுவில் நியாயம் பேசினார்கள். போலீசுக்கு டிமிக்கிக் கொடுத்து அவர்கள் ஓடி தப்பிப்பது வீரசாகஸ மாகப் பெரியவர்கள் மத்தியில் பேசப்படும். ஒரு கலவரத்தில் 28 கத்திக் குத்துகள் வாங்கி உயிர் பிழைத்த செங்கன் என்ற ரௌடியை அறிந்து பிரமித்துப் போயி ருந்தேன். மார்க்கெட் பகுதியில் ஏதாவது பிரச் சினை என்றால் பொது மக்களும் அவனிடம் முறையிடுவார்கள் என்றார்கள். அவனிருக்கும் தைரியத்தில் பல சிறு அநீதிகள் அண்டாமல் இருந்தன. அவனைப்

போல உடம்பெல்லாம் தழும்புகளோடு இருந்தால் அழகாக இருக்கும் என்று ஆசைப்பட்டேன். ஆனால் ரௌடி களின் குழந்தைகளுக்குத்தான் ரௌடியாகும் தகுதி உள்ளது என்ற எண்ணம் எனக்கு இருந்தது. போலீஸ் காரர்களின் குழந்தைகள் சிறுவயதிலிருந்தே போலீஸ் டிரஸ் போட்டுக் கொண்டு வளருவார்கள் என்று ஒரு எண்ணமும் எனக்கு அப்போது இருந்தது. அதனா லேயே நான் போலீஸ் டிரஸ் வாங்கித் தருமாறு வீட்டில் அடம்பிடிக்கவும்கூட இல்லை. முயற்சி செய்தால் நாமும் சிங்கம் போல சுற்றித் திரிய முடியும் என்ற நம்பிக்கையும் கூடவே இருந்தது. அவன் உடம்பில் தழும்புகளின் எண்ணிக்கையைவிட பச்சைக் குத்தி யிருந்த உருவங் களின் எண்ணிக்கையும் அதிகமிருந்தன. அம்புக்குறி தைத்த இதயம், சிங்கம், பாயும் புலி, பெண் உருவம் போன்றவை மார்பு முதுகுப் பகுதிகளிலும் தொடையில் மாங்காய், வேல், ஈட்டி படங்களும் பச்சைக் குத்தி யிருந்தான். ஆஜானுபாகுவான உடம்பு. குட்டியானை ஒன்று நடந்து வருவது போலத்தான் இருக்கும் அவன் வருவது. ரௌடிகளுக்கான பள்ளிக் கூடம் ஏதேனும் இருந்தால் அதில் பயிற்சி எடுக்கலாம் என்றுகூட ஆசைப்பட்டேன். மனம் முழுக்க செங்கனே வலம் வந்த கால கட்டம் அது.

கொஞ்சநாளில் அவனுடன் இருந்தவனே அவனைக் கத்தியால் குத்திக் கொன்றுவிட்டான். என்னுடைய ரௌடியாகும் ஆசை ஏழாம் வகுப்பு படிக்கும்போதே கருகிப் போனது. ஆனால் இதே நேரத்தில் நான் என் தாத்தாவின் வழிநடத்தலில் சுவாமி விவேகானந்தர் போல வாழவும் ஆசைப்பட்டுக்கொண்டிருந்தேன். குசஸ்தலை ஆற்றங்கரையில் விடிந்தும் விடியாதக் காலைப் பொழுதுகளில் குளித்துவிட்டு தியானம் செய் வேன். அந்த வயதுக்கு அது கொஞ்சம் கடும் தவம்தான். செங்கனுக்கும் விவேகானந்தருக்குமான பொது அம்சம் தைரியம். நாளாக ஆக செங்கனைவிட விவேகானந்தரே மேல் என்ற முடிவுக்கு வந்தேன். அம்புலிமாமா, அணில், முயல், முத்து காமிக்ஸ், ராமகிருஷ்ண விஜயம், அப்பா வின் முரசொலி அனைத்துடனும் வளர்ந்தேன்.

80–ம் ஆண்டு. என் தந்தை கல்கியின் 'பொன்னியின் செல்வன்' நாவலின் முதல் பாகத்தைக் கொண்டு வந்தார். நான் பத்தாம் வகுப்புப் பொதுத் தேர்வு எழுத வேண்டிய நெருக்கத்தில் இருந்தேன். படிக்க ஆரம்பித்த கொஞ்ச நேரத்தில் அது என்னை ஈர்த்துக் கொண்டது. பரீட்சை நெருங்குவதற்குள் அதைப் படித்து முடித்துவிட வேண் டும் என்ற தவிப்பு. ஐந்து பாகத்தையும் ஒவ்வொன்றாய் முடித்தேன். வரலாறு பாடத் தேர்வைக் கொஞ்சம் சுவாரஸ்யமாக எழுத முடிந்தது. 56 மார்க். (என்னுடைய அதிக மார்க் பெரும்பாலும் 50–லிருந்து 60–க்குள் இருக்கும்.) இவ்வளவு அதிக மார்க் எடுத்துவிட்டதால் இயல்பாகவே எனக்கு வரலாற்று ஆய்வாளராக ஆவது தான் உடனடி இலட்சியமாக இருந்தது.

ப்ளஸ் டு சேருகிற நேரத்தில் சக மாணவர்கள் செய்த குழப்பத்தில்

அறிவியலும் கணிதமும் படிப்பது என்று முடிவெடுத்தேன். அதன் பிறகு, எனக்கு நியூட்டன், ஐன்ஸ்டைன், தாமஸ் ஆல்வா எடிசன், மைக்கேல் ஃபேரடே என்று நிறைய விஞ்ஞானிகளின் மேல் ஆசை ஏற்பட்டது. இன்று இரவுக்குள் எதையாவது கண்டு பிடித்து விட்டுத்தான் மறுவேளை என்ற தவிப்பு. நம் தலை மீதும் ஒரு மாம்பழம் விழாதா என்று ஏங்கினேன். (ஆப்பிள் மரத்துக்கு எங்கே போவேன் ?) மூர்மார்க்கெட்டில் 40 வாட்ஸ் பல்பு புரொஜெக்டர் வாங்கிவந்து எம்.ஜி.ஆர். ஃபிலிம் துண்டுகளை வைத்து வேட்டியில் படம் காண்பித்தேன். மெண்டலீஃப் தனிம அட்டவணையில் திருத்தம் செய்யலாமா என்று திட்டம் தீட்டினேன். ஐ.ஐ.டி.யில் சேர்ந்து ஒரு கலக்கு கலக்குவது என்று ஆசைப்பட்டேன். என்ட்ரன்ஸ் எக்ஸாம் பயிற்சி வகுப்புக்குப் போய் இரண்டே நாளில் தலைசுற்றல் வந்து பி.எஸ்ஸி. இயற்பியல் சேருவது என்ற முடிவுக்கு வந் தேன்.

நானெடுத்திருந்த மார்க்குக்கு மாநிலக் கல்லூரியில் தமிழ்வழிப் பாடத்தில்தான் இடம் கிடைத்தது. அங்கு தமிழ்த்துறையில் பொன். செல்வகணபதி, மு. மேத்தா, இ.மறைமலை, இரா. இளவரசு என என்னைத் தமிழ்ப் பக்கம் கவர்ந்த பேராசிரியர்கள். புதுக் கவிதைகள்... கவியரங்கம், கவிதைத் தொகுதி போடுவது என்று அடுத்தச் சுற்று ஆரம்பமானது. பி.எஸ்ஸி. வகுப்பில் தமிழ் தவிர ஏறத்தாழ எல்லா பாடத்திலுமே தோல்வி.

கடைசி ஆண்டில் இதயம் பேசுகிறது வார இதழும் டி.வி.எஸ். நிறுவனமும் இளைஞர் ஆண்டையொட்டி (1984) நாவல் போட்டி நடத்தினார்கள். அதற்கு நாவல் எழுதி அனுப்ப வேண்டிய தேதியும் பரீட்சை தேதியும் ரே மாதத்தில். என் ஓட்டு நாவல் எழுதுவதற்கு. தினமும் பரீட்சைக்குப் போகிறமாதிரி கிளம்பிச் சென்று கன்னிமரா நூலகத்துக்குப் போய் நாவல் எழுதினேன். முதல் பரிசு, டி.வி.எஸ். 50 மொப்பட். என் நாவல் தொடர்கதையாக இதயத்தில் வெளிவந்தது. 20 அரியஸ் பேப்பரும் இருந்தது. அடுத்த இரண்டு வருடங்களில் எல்லாவற்றையும் எழுதி பாஸ் ஆனேன்.

இதற்கிடையில் எனக்கு ஒரு காதல் தோல்வியும் ஒரு கல்யாணமும் நடந்திருந்தது. எழுதியே வாழ்ந்துவிட லாம் என்று மூன்று வருடப் போராட்டம். கடைசியில் கோழிப் பண்ணை வைத்தால் அவ்வளவாக மற்றவர் களுக்குக் கைகட்டி பதில் சொல்லாமல் வாழலாம் என்று தீர்மானித்தேன். அம்பத்தூரில் அப்பாவின் பி.எஃப். பணத்தில் வாங்கியிருந்த அரை மனை, கோழிப் பண்ணையானது. சொந்த ஊரில் அத்துவானக் காட்டில் குடிசை வீட்டைவிட சற்றே பெரிய சைஸில் கோழிப் பண்ணை. கைகட்டுவதற்கோ, பதில் சொல்வதற்கோகூட நேரமில்லை. புதிய மனைவியைப் பிரிந்து ஏக்கமும் தவிப்புமாக ஓடியது வாழ்க்கை. 24 மணி நேரமும் சாப்பிட்டுக் கொண்டே இருந்தன அவை. தண்ணீர் சுமந்து வர, தீனி மூட்டை ஏற்றிவர எல்லாவற்றுக்கும் ஒரே ஒரு சைக்கிள். அதையும் ஒருவன் களவு கொண்டு போனான். அடுத்து

ஸ்டவ், துணிமணிகள் களவு போயின. சாப்பாடு இல்லை. தூக்கமில்லை. பண்ணையில் உட்கார்ந்து அமைதியாக எழுதிக் கொண்டிருக்கலாம் என்று எடுத்துப் போயிருந்த வெள்ளை பேப்பர்கள் கசங்கிக் கிழிந்து பறந்து கொண்டிருந்தன. கோழிகளை வாங்கிப் போன ரெட்ஹில்ஸ் வியாபாரி கடைசிவரை பணமே தரவில்லை. எல்லாவற்றையும் மூட்டை கட்டிவிட்டு, எடுத்துச் சென்ற மூட்டையில் ஒன்றும் பாதியுமாகத் திரும்பி வந்தேன். நானும் பாதியாக இளைத்திருந்தேன்.

இப்போது பத்திரிகையில் சேருவதாக முடிவெடுத்தேன். இதனிடையில் பெரியார் திடல், பெரியார் மையம், தமிழர் தன்னுரிமை மாநாடு, இலங்கைத் தமிழர்க்காகப் போராட்டம் என்று ஈடுபாடுகள்.

போலீஸ் செய்தி, தமிழன் நாளிதழ், வண்ணத்திரை, தினமணி, குமுதம் வார இதழ், சென்னை ஆன் லைன், மீண்டும் வண்ணத்திரை, குங்குமம், மீண்டும் தினமணி... இப்படியாக ஓடிக் கொண்டிருக்கிறது. நினைப்புக்கும் நிலைக்குமான இடையறாத வித்தியாசம்... வாழ்வைத் தக்க வைக்கும் அத்தனை முயற்சிகளுக்கும் இடையே ஐந்தாம் வகுப்பில் அம்புலிமாமாவுக்கு 'போட்டோ வாக்கியப் போட்டிக்கு எழுதிப் போடுவதும் தினத்தந்தி முதல்பக்க சிரிப்புப் போட்டிக்கு எழுதிப் போடுவதுமாக ஆரம்பித்த எழுத்தார்வம் மட்டும் மறுபடி வாங்கவே இல்லை.

பின் மதிப்புக்குரிய ராஜமார்த்தாண்டன் சொல்வது போல் கால ஆற்றில் அடித்துச் செல்வது மிக இயல்பாக கைவந்திருக்கிறது எனக்கு. எந்த விஷயத்திலும் பெரிய பிடிவாதங்களையோ, தீர்மானங்களையோ எனக்குள் உருவாக்கிக் கொண்டதில்லை. சில ஆதார சுவாரஸ்யங்கள் மட்டும் உண்டு. பிரபஞ்ச பெருவெடிப்பு தத்துவம், பரிணாமத்தத்துவம், சார்பியல் தத்துவம் போல சில தீர்மானங்கள். மற்ற மற்ற சச்சரவுகளில் நான் பட்டுக் கொண்டதில்லை. எனக்குத் தீர்மானங்கள் குறைவு. சந்தர்ப் பத்துக்கு ஏற்ப ஏதோ சொல்லுவேன். கடவுள் இல்லை என்று தீர்மானித்து விட்டவனுக்கு எந்த மதத்தின் தெய்வம் உயர்ந்தது என்ற கேள்விகளுக்குப் பொருளில்லாமல் போவது போலத்தான் இந்தத் தீர்மானமின்மை.

என் கதைகளை ஆழ்ந்து படிப்பவர்களுக்கு அந்த ஆதார தீர்மானம் பிடிபடக்கூடும். 'தேடல்' கதையில் அம்மாவை நடுத்தெருவில் தவிக்கவிட்டுவிட்டுச் செல்லும் நாயகனும் 'ஜெயந்தி' கதையில் அம்மாவின் 'நியாயங்களை' மனைவிக்காகச் சமரசம் செய்து கொள்ளும் நாயகனும் வாசகர்களின் மனத்தராசுகளில் நிறுத்துப் பார்க்கப்பட வேண்டியவர்கள். அதாவது என்னால் அவ்வளவு சரியாக நிறுத்துப் பார்க்க முடியவில்லை. ஒரு கோணத்தில் எனக்கு இந்த நாயகர்களின் மீதும் பரிதாபம் இருக்கிறது; இப்படியாக அவர்களை இருக்க வைத்த சமூகத்தின் மீதும். பிரச்சினை வேறு நாம் வருத்தப்படுவதுவேறாக இருப்பதாகத் தோன்றுகிறது பலமுறை. இதுதான் பிரச்சினை, இதற்குத்தான் கோபப்பட வேண்டும், இதற்குத்தான் வருத்தப்பட வேண்டும் என்று எதைச் சொன்னாலும்

கூஷணப்பித்துபோல அமைந்துவிடுகிறது எல்லாமும். தத்துவக் கத்திகளைப் பட்டைத் தீட்டிக் கொண்டு காந்தியையும் பெரியாரையும் அயோக்கியர்கள் என்று சொல்லுகிற ஜனநாயகத்தில் ராவணன், துரியோதனன் பக்க நியாயங்களுக்குப் பரிவு காட்டுவது பெரிய குற்றமில்லை. அதனால்தான் தீர்மானிக்கிற தொல்லையை வாசகனிடம் விட்டுவிட்டு நான் வாலைச் சுருட்டிக் கொள்கிறேன்.

மேலோட்டமாகப் பார்ப்பதற்கு இது ஏதோ 'கிருஷ்ணா கான்ஸியஸ்' போல இருந்தாலும் எது நடக்கிறதோ அது நன்றாக நடக்கவில்லை என்று யூகிக்கவும் வேண்டும் என்பதும்தான் என் கதை விளிம்புகளில் தொக்கி நிற்கிற உண்மை. ஐந்து நிமிடத்திலோ, ஐந்து ஆண்டுகளுக்குள்ளோ, ஐநூறு ஆண்டுகளுக்குள்ளோ எல்லா முடிவுகளும் வேறு முடிவுகளாக மாறிக் கொண்டுதான் இருக்கிறது. என் கதைகளில் மட்டும் நான் என்ன சொல்லிவிட முடியும்?

அக்கா கதையில் வரும் அப்பா மீது எனக்குக் கோபமில்லை, ஆனால் 'கூட்டத்தின் கடைசியில் ஒருவன்' கதையின் டாக்டர் மீது கோபம் இருக்கிறது. அறியாமல் செய்கிற தவறு, படித்தவனின் சூது போன்ற முதல்படி நிலை நியாயங்கள் இவை.

காலமும் இடமும் சார்ந்து எல்லாமே பொருள் கொள்ளப்படும். பிறகொரு காலத்தில் ராமர் கோவிலில் பாபர், அல்லது பாபர் மசூதியில் ராமர் என்பதெல்லாம் அவ்வளவு சுவாரஸ்யமானதாக இல்லாமல் போகலாம். அப்போது நமக்கு வேறு சவால்கள் இருக்கும். ஆல்பா சென்டார் மண்டலத்துக்கோ, ஆண்ட்ரமீடா கேலக்ஸிக்கோ போய்வருகிற தேவையிருக்கும். விருப்பப் படும் வயதில் சாகிற விஞ்ஞானம் இருக்கும். பென்ஷன் பணத்தில் பெண்ணுக்குக் கல்யாணம் போன்ற இக்கால கவலைகள் மறைந்து வேறு மன அமைதிகள் தேவைப் படும். அப்போதைய படைப்பாளிகளுக்கு வேறு களம் கிடைக்கும், அது இந்த ஆதார சுவாரஸ்யத்தின் தொலை தூரக் கிளையில் இருக்கும் பிரச்சினையாக இருக்கும்.

என் கதைகளில் அவருக்குப் பிடித்ததாக 20 கதை களைத் தேர்வு செய்த அன்புக்குரிய நண்பர் யூமா வாசுகி, சிறப்பான முன்னுரை தந்த, நான் பெரிதும் போற்றும் ராஜமார்த்தாண்டன், கதைகளை வெளிட்ட இதழ்கள், அட்டை வடிவமைத்த நண்பர் மோகன், உள் படங்கள் வரைந்த வேல், பக்க வடிவமைப்பில் ஆலோசனைகள் தந்த நண்பர் மாசானமுத்து, தொகுப்பை வெளியிடும் என்.சி.பி.ஹெச். நிறுவனத்தார்... அனைவருக்கும் என் நெஞ்சார்ந்த நன்றி.

- தமிழ்மகன்

சென்னை-50
08.08.08

இரண்டு கடிதங்கள்

"என்ன அண்ணாச்சி படிப்புல மூழ்கிட்டாப்ல இருக்கு. பரீட்சையா எழுதப் போறீரு?"

அண்ணாச்சி படித்துக் கொண்டிருந்த பக்கத்தின் முனையை ராக்கெட் செய்வது மாதிரி மடித்துவிட்டு "எல்லாம் உன்னாலதான்.

நேத்தே சப்ளை பண்றேன்னு சொல்லிப்புட்டு இன்னமும் ரெடி பண்ணித்தராம இருக்கே. எந்தா நேரம் உம்மூஞ்சைப் பாத்துக்கிட்டு ஒக்காந்திருக்கறது? ஏதாவது பேப்பர் வாங்கியாந்து படிக்கலாம்னு போனா ஒருத்தன் ரோட்டோரத்தில பழைய பொஸ்தகமா போட்டு ஒக்காந்திருந்தான். பத்து ரூபானு ஒண்ணு புடிச்சாந்தே"

"என்ன பொஸ்தகம் அது?"

இப்படிக் கேட்டதும்தான் படிக்கும் புத்தகத்தின் பெயரைத் தெரிந்து கொள்ள வேண்டும் என்ற நோக்கம் ஏற்பட்டு, புத்தகத்தை அப்படியே கவுத்துப் போட்டு "ம்... பாற்கடலாமில்ல?... லா.ச.ரா.." என்று புத்தகத்தை எழுதியவரின் பெயரையும் சேர்த்தே படித்தார். "எழுதினவம் பேரா இருக்கும். சீக்கிரம் கட்டுய்யா.. பத்து லென்த் ஆறங்குலம் பைப்பு, இம்ப்ளேர் நெட்டு 15, ஸிக்ஸ்டீன் எம்.எம். போல்டு- நெட்டு..."

"அண்ணாச்சி எத்தனை வாட்டி சொல்லுவே.. எல்லாம் பை நிமிட்ல ரெடியாய்டும். நீ அப்பிடிப் படிச்சுக்கிட்டே இரு.. டீ சொல்றேன்"

"ஆமா... செந்நீரா ஆறு டீ யாச்சு" அலுத்தபடி புத்தகத்தில் ஊன்ற ஆரம்பித்தார். கதை என்னமோ அவரை ஆர்வமாகத்தான் ஈர்த்தது. ஒரு பக்கம் படிப்பதற்குள் டீயும் மசால் வடையும் வரவே, அதைச் சாப்பிட்டுவிட்டு எண்ணெய் கையை எங்கே துடைப்பது என்று உத்தேசிப்பதற்குள் "அண்ணாச்சி ரெடி" என்றான் கடைக்காரப் பையன். வண்டிக்காரனைப் பிடித்துப் பூக்கடையில் இருந்து முகப்பேரில் இருக்கும் தம்முடைய கடைக்குப் பேரம் பேசி சாமான் 'செட்'டையெல்லாம் ஏற்றிவிட்டு, இவரும் ஒரு பஸ்ஸைப் பிடித்து அவனுக்கு முன்னால் முகப்பேர் போய் முன்கூட்டியே செய்ய வேண்டிய ஏற்பாடுகளைச் செய்ய ஓடிக் கொண்டிருந்தபோதுதான் புத்தகத்தைக் கடையிலேயே வைத்து விட்டு வந்துவிட்டதை உணர்ந்தார். அவருக்குள், ஒரு நடை ஓடிப் போய் புத்தகத்தை எடுத்துவந்து விடலாமா என்ற எண்ணமும் அட அடுத்த வாரம் வரும்போது எடுத்துக்கலாம் என்ற எண்ணமும் குழப்பிக் கொண்டிருக்கையில் பஸ் வந்து விட்டது.

கடைக்குப் போன கையோடு "ஏந் தம்பி என்னோட பொஸ்தகத்தை அங்கயே வெச்சுட்டு வந்துட்டேன். எடுத்து வெய்யி. அடுத்தவாரம் வர்றப்ப வாங்கிக்கிறேன்" என்றார்.

"அண்ணாச்சி புக் எதுவும் இங்க இல்லையே... நான்கூட நீங்க

படிச்சுட்டா நான் கொஞ்சம் படிக்கலாமேனு நினைச்சேன். கோட்டைவுட்டீங்களா? எவன் அடிச்சுட்டுப் போயிட்டான்னு தெர்லயே”

“நல்லா இருந்ததே கதைனு பார்த்தேன். முடிக்கிற நேரத்தில... அந்தப் பொஸ்தகம் பேரு ஞாவகம் இருக்கா உனக்கு?”

“ம்ம்.. ஞாபகம் இல்லையே அண்ணாச்சி”

“எழுதின ஆளு பேரு?”

“நீதானே வெச்சிருந்தே. நா கையாலும் தொடலையே.. பேர் மாதிரி இல்லையே. ஏதோ ‘இன்சில்’ மாதிரியில்ல படிச்ச... ரா’னு முடிஞ்சது மாதிரி ஞாபகம்.”

“ஆமாமாம்.. கண்டுபிடிச்சுடலாம் விடு.. பொஸ்தக கடைல கேட்டுப் பாக்றேன்... எல்லாம் ஒழுங்கா வந்து எறக்கிட்டுப் போய்ட்டான்.. லெதர் வாஸர் வாங்காம வந்துட்டேன். சரி... அடுத்த வாரம் வர்றேன்.”

அண்ணாச்சிக்கு கதையைப் படித்துக் கொண்டிருக்கும்போதுகூட அதை அப்படி நேசித்துப் படிக்கவில்லை. இனி அது நம்மிடம் இல்லை என்றதும் கூட்டுக்குடும்பத்தில் மாட்டிக் கொண்டு ஒரு பெண் படும் வேதனையை நினைத்து கொஞ்சம் வருந்தவும் செய்தார். “இன்னும் சாந்தி முகூர்த்தம்கூட முடியலையே... சும்மா தெரிஞ்சோ, தெரியாமலோ இப்படியும் அப்படியும் இடிச்சுக்கிட்டதுதான் புருஷங்கிட்ட அவ கண்ட சுகம். ஆபிஸ் விஷயமா புருஷன் வெளியூர் போய்ட்றான். தலைதீபாவளிக்குக்கூட வீட்ல இருக்க முடியல அவனால. மாமியார்காரி என்னடான்னா கிணத்துத் தண்ணிய சமுத்திரமா அடிச்சுக்கிட்டுப் போய்டப் போகுதுங்கிறா. ஐயருவூட்டுக் கதை.’ கடைசியில் அந்தக் கதை என்னாச்சு என்ற முடிவை யாராவது சொல்லிவிட்டால்கூட போதும் என்று இருந்தது. அவருக்கிருந்த நட்பு வட்டாரத்தில் இதைப் பற்றி பேசவும் முடியாது. எல்லாம் இரும்பு வியாபாரி, சிமெண்ட் வியாபாரி.

மறுநாள் திருமங்கலம் போய்விட்டுத் திரும்பிக் கொண்டிருக்கும் போது ‘என்.சி.பி.எச். புத்தகத் திருவிழா’ என்று புத்தகக் கடையைப் பார்த்தார். ரொம்ப நாளாக அது அங்கு இருந்த தடயம் அவருக்குப் பதிவாகியிருந்தாலும் ஆச்சர்யமாகப் பார்த்தார். புல்லட்டை நிறுத்திவிட்டு உள்ளே நுழைந்தார். அவர் படித்த புத்தகத்தின் அங்க அடையாளங்களோடு ஒரு புத்தகமும் அவருக்குத் தெரியவில்லை. ஆனால் அதே மாதிரி சாயலில் நிறைய புத்தகங்கள் இருந்தன. அதை எதையும் வாங்கிவிட்டு புரியுமோ, புரியாதோ என்று பயந்தார்.

“என்ன ஸார் வேணும்?” என்றார் கடைச் சிப்பந்தி.

“எனக்கு ஒரு புக் வேணும். அதுதான் இங்க இருக்கான்னு பாக்கேன்”

“என்ன ‘புக்’கு பேர் சொல்லுங்க”

“அதைத்தானே மறந்துட்டு முழிக்கேன்”

“தமிழ் புக்குதானே?”

“நா வேறென்னத்த கண்டேன்?”

“எழுதினவர் யார்னு...”

“ஏதோ.. ‘ரா’னு முடிஞ்சாப்ல ஞாவகம்.. அவர் பேரு”

“ஓ... அவர்தா இருக்கு.. இருக்கு” என்று அவர் இரண்டு அடுக்குத் தள்ளி ஒரு புத்தகத்தை எடுத்துவந்தார்.

“சேகுவேரா கடிதங்கள்... இதில்லையே தம்பி. அந்த புக்கும் லெட்டர் மாதிரிதான் எளுதியிருந்தது... ஆனா”

“கடிதம்னா இதுதான். ‘ரா’ல முடியுதுன்னா இது தவிர கி.ரா. கடிதங்கள்னு ஒரு புக் இருக்கு பாக்றீங்களா?”

“இல்ல வேணாம். இதையே பில் போடுங்க. கேட்டதுக்கு ஆசையா கொண்டாந்து காம்பிச்சீங்க..”

“சேகுவேரா பத்தி நிறைய பப்ளீஷர் போட்டிருக்காங்க. அதனால நீங்க இவரோட வேற ஏதாவது புக்கைப் பார்த்திருப்பீங்க. இதுவும் பிரமாதமான புக். நெஞ்சை உருக்கிடும்.”

“அதேதான். நெஞ்சை உருக்கிறாப்லதான் இருந்துச்சு அதுவும். அதான் தேடி வந்தேன். சரி குடுங்க, இதுவும் அவர் எழுதினதா இருந்தா சந்தோஷம்தான்”

பில் போட்டு புத்தகத்தை வாங்கிக் கொண்டு வெளியே வந்தார். வெளியே வந்ததும், சௌந்திரபாண்டி புல்லட்டில் பறந்து கொண்டிருப்பதைப் பார்த்து முகத்தை மூடிக் கொண்டார். ‘தலைவரு புக்கெல்லாம் வாங்கி படிக்கிறார்ப்பா’ என்று பரிகாசம் செய்வான்.

இரவு சாப்பிட்டு முடித்து வெத்தலை பாக்கும் சார்மினார் சிகரெட்டுமாக மாடிக்கு வந்து புத்தகத்தைப் பிரித்தார். படிக்கப் படிக்க இது வேறு ஏதோ சங்கதி என்று புரிந்தது. இது வெளிநாட்டில் நடந்த போர்கள், புரட்சிகள் என்று போனது. பொண்டாட்டி புள்ளை குட்டியைப் பார்க்காம காட்டிலும் மேட்டிலும் கஷ்டப்பட்டுக் கொண்டிருக்கிற ஒருத்தன் தம் குழந்தைகளுக்குக் கடிதம் எழுதறாப்லலாம் இருந்தது. குளிர்ல காட்டிலும் மழையிலும் துப்பாக்கியைத் தூக்கிக்கிட்டுப் போறானுங்க. யார்கிட்ட சண்டைக்குப் போறாங்க. சண்டை போட்டுட்டு என்ன பண்ணப்

போறாங்க.. ஒண்ணும் புரியல. ஆனா லட்சிய வெறி. குதிரை கறி சாப்பிட்டது பத்தியெல்லாம் எழுதியிருந்தான். விவசாயிங்களுக்கு அதுதான் எல்லாம். அதை அடிச்சு சாப்பிடணும்னா முடியுமா? சில பேர் சாப்பிட மாட்றாங்க. அந்த ரா வேற. இந்த ரா வேற. அவரு மோர்ஞ்சாதம். இது குதிரைக் கறி. அது வேற லெட்டரு... இது வேற லெட்டரு.

சிமெண்ட் தட்டுப்பாடுபற்றியும் டி.எம்.டி. கம்பிகளின் விலையேற்றம் குறித்தும் தினமானி நாளிதழ் அவ்வப்போது கட்டுரை வெளியிடுவதால் அண்ணாச்சி அந்த நாளிதழை வாங்க ஆரம்பித்திருந்தார். அதில் கட்டிடம் சம்பந்தமான சமாசாரங்கள் தவிர வேறு சில துறைகளையும் தொட்டுச் சென்றனர். அதைப் படித்துக் கொண்டிருந்தபோது ஒரு எழுத்தாளர் தம் பேட்டியில் சு.ரா., கு.ப.ரா., லா.ச.ரா., கி.ரா. போன்ற எழுத்தாளர்கள் பற்றி குறிப்பிட்டிருந்தார். தாம் படித்த பொஸ்தகத்தின் எழுத்தாளர் இரண்டு எழுத்துகளுக்கு மேல் உள்ளவராக நன்றாக ஞாபகம் இருந்ததால், சு.ரா., கி.ரா இருவரையும் நீக்கிவிட்டு கு.ப.ரா., லா.ச.ரா. இருவர் மீதும் கவனத்தைக் குவித்தார். கடையில் வாடிக்கையாளர் யாரும் இல்லை. துணிச்சலாக தினமானிக்குப் போன் போட்டார்.

போனை எடுத்தவரிடம் “கு.ப.ரா., லா.ச.ரா. போன் நம்பர் கிடைக்குமா ஸார்” என்றார்.

மறுமுனையில் ரிஸீவரை சரியாக மூடாமலேயே “கழுத்தறுப்புங்க” என்பது கேட்டது. “எதுக்கு ஸார் அவங்க நம்பரு?”

“அவங்க கிட்ட ஒரு டவுட் கேக்கணும்”

“அவங்க ரெண்டு பேருமே செத்துப் போய்ட்டாங்க ஸார்”

கடையில் அடிபம்பு வாஸர் இருக்கா என்று கேட்டு ஒரு பெண்மணி வந்து நின்றாள். “இருங்கம்மா... தர்றேன்... இல்ல ஸார் இங்க. இந்த ரெண்டு பேர்ல ஐயர் வூட்டு கதை எளுதர்து யாரு ஸார். அதான் என் டவுட்டு.”

“ரெண்டு பேருமே ஐயர் கதை எழுதறவங்கதான்” சொன்ன வேகத்தில் ரிஸீவரை வைத்துவிட்டார்கள்.

அண்ணாச்சியும் ரிஸிவரை வைத்துவிட்டு “சொல்லுமா” என்றார் பெண்மணியிடம்.

“ஐயர் கதை எழுதறவர்னு சொன்னீங்களே என்னது? சுஜாதா, பாலகுமாரன், ஜெயகாந்தன் எல்லாமே ஐயர் கதை எழுதியிருக்கா. என்ன விஷயம்? சொல்லுங்களேன், தெரிஞ்சா சொல்றேன்”

அண்ணாச்சி தயங்கி அந்தப் பெண்ணைப் பார்த்தார். ஐயமாரு

வூட்டுப் பொண்ணு போலதான் இருந்தது.

"ஒரு பொண்ணு தம் புருஷனுக்கு லெட்டர் எழுதறா. அது ஒரு கூட்டுக் குடும்பம். புருஷனும் பொஞ்சாதியும் இப்பத்தான் கல்யாணமானவங்க. இன்னும் சரியா பேசக்கூட இல்ல. புரிஞ்சுதுங்களா... தீபாவளி... தல தீபாவளி. ஆனா புருஷன் வேலை விஷயமா வெளியூர் போயிட்றான். இப்பிடிப் போகுது கதை."

"பாற்கடல்னா அது?"

"ஆமாம்மா... அதேதான். பட்டுனு சொல்லிட்டியே ரெண்டு நாளா கிடந்து தவிக்கிறேன். பாதிக் கதை படிச்சேன். கடைசில என்னாச்சுனு தெரிஞ்சுக்கலாம்னு"

"அதுவா? அதான் தலைப்பிலயே சொல்லிட்டாரே.. பாற்கடல்னு. குடும்பம்னா அதில ஆலகால விஷமும் இருக்கும், அமிர்தமும் இருக்கும்னு முடிச்சுட்டார்"

"ஐய்யய்யோ.. அப்பிடியா?" அதிர்ந்தார் அண்ணாச்சி.

கடைப்பையன் வந்து அடிபம்பு வாஷரை எடுத்துக் கொடுத்து காசை வாங்கி கல்லாவில் போட்டான். சேகுவேரா கடிதங்களைத் தொடையில் தட்டிப் படிக்க ஆரம்பித்தார் அண்ணாச்சி.

புதியபார்வை– 2008

சவீதா முத்துகிருஷ்ணன் சிந்தனைகள்

என் மகள் கொண்டு வந்த அந்தச் சிறிய புத்தகம் குழந்தைகளுக்கான குட்டிக் கதைகள் அடங்கிய புத்தகமாகத்தான் இருக்கும் என்று நினைத்தேன். ஆனால் பள்ளியிலிருந்து கொண்டு வரப்பட்டதிலிருந்து என் மகளால் படிக்கப்படாமல் டேபிளின் மீதே

மூன்றுநாள்களாகக் கிடந்ததால் ஒருவேளை அது பெற்றோர் களுக்கான புத்தகமோ என்று தோன்றியது. இரவு சாப்பாடு முடிந்து தூங்குவதற்கு முந்தைய ஒரு அசமந்தமான நேரமாக இருந்ததால் அந்தப் புத்தகத்தைக் கண்ணுற்றேன்.

பெற்றோர்-ஆசிரியர் கூட்டத்தில் அந்தப் புத்தகம் வெளியிடப் பட்டது. அந்தப் பள்ளியின் தாளாளர் எழுதிய புத்தகம் என்றும் அதற்காகக் குழந்தைகள் எல்லோரும் தலா 25 ரூபாய் கொண்டு வர வேண்டும் என்றும் கூறப்பட்டிருந்தது.

ஆசிரியர்களைச் சந்திப்பது என்பது நான் குழந்தையாக இருக்கும்போதிலிருந்தே பிடிக்காமல் போய்விட்டதால், ஒவ்வொரு முறையும் எப்படியாவது அந்தக் கூட்டங்களைத் தவிர்த்துவிடுவேன். குழந்தைகளின் படிப்பு மேம்படுவதற்காக அவர்கள் சொல்கிற ஒவ்வொரு உத்தியையும் மீற வேண்டும் என்று தோன்றுவதுதான் முதல் காரணம். உதாரணத்துக்கு 'தினமும் இரவு 10 மணிவரை படிக்க வேண்டும். காலையில் நான்கு மணிக்கு எழுந்திருந்து படிப்பைத் தொடர வேண்டும்' என்பது குழந்தைகள் படிப்பதற்கான ஓர் உத்தி.

"நானெல்லாம் படித்த காலத்தில் பள்ளிக்கூடத்தில் படித்ததோடு சரி" என்று மனைவியிடம் சொல்வேன்.

"அதான் இப்படி இருக்கிறீர்கள்" என்பாள் வெடுக்கென.

"வீட்டில் இத்தனை மணி நேரம் படிப்பதற்குப் பள்ளிக்கூடம் எதற்காக?"

"பசங்க நல்லா படிக்கறதுக்குத்தான்"

"கொஞ்சமாகப் படித்தால் போதும்"

"நல்லது என்றாலே பிடிக்காதே"

ஒவ்வொருவருக்கு ஒவ்வொரு விஷயம் நல்லதாக இருக்கிறது. எனக்கு நல்லதாக இருப்பது பெரும்பாலும் கெட்டது என்பது என் மனைவியின் சுலப அபிப்ராயம்.

காய்கறி கடையில் ஒருமுறை கூடையில் தக்காளியின் மேல் உருளைக் கிழங்கைப் போட்டால் தக்காளி நசுங்கிவிட வாய்ப்பி ருக்கிறது என்றேன். நான் அப்படிச் சொன்னதற்காகவே அடியில் இருந்த உருளைக் கிழங்கை எடுத்து தக்காளியின் மேல் போட்டுவிட்டு "ஒண்ணும் நசுங்காது" என்று சொன்னாள்.

இப்படியான எண்ண ஓட்டத்தோடுதான் அந்தப் புத்தகத்தை எடுத்தேன். புத்தகத்தின் தலைப்பு 'சவீதா முத்துகிருஷ்ணன் சிந்தனைகள்'.

சவீதா மெட்ரிகுலேஷன் பள்ளியின் தாளாளர் முத்துகிருஷ்ணன்

எழுதிய சிந்தனைத் துளிகள் என்பது புரிந்தது. குழந்தைகள் படிப்பைக் குறித்த உத்திகள் அதில் இருக்கும் என்று நான் நம்பினேன். ஆனால் அதில் அப்படியில்லை.

உழைத்தால் உயர்வு கிட்டும், உண்மை பேசு, அன்பே சிறந்தது, கூடி வாழ்ந்தால் குடி உயரும், எளியவர்க்கு உதவினால் தர்மம் தலை காக்கும் என்ற ரீதியில் அவர் பக்கம் பக்கமாக எழுதித் தள்ளியிருந்தார். இது எதிர்பார்க்காதத் திருப்பம். என்னால் நம்பவே முடியவில்லை. மனித இனம் தோன்றிய காலம் தொட்டுச் சொல்லப்பட்டு வருகிற இத்தகைய அறிவுரைகளை ஒரு மனிதர் தம்முடைய சிந்தனைகளாகச் சொல்லிக் கொள்வதும் புத்தகமாகப் பிரசுரிப்பதும் மிகப் பெரிய அநீதியாக இருந்தது.

பள்ளி மாணவர்கள் 848 பேரும் அந்தப் புத்தகத்தை விலை கொடுத்து வாங்கியிருக்கிறார்கள். யாருக்குமே இந்த அக்கிரமத்தைத் தட்டிக் கேட்க முடியவில்லையா என்பது மேலும் அதிர்ச்சியாக இருந்தது எனக்கு. ஒரே நாளில் 848 பிரதிகள் விற்பது என்பது தமிழ் நூல் உலக வரலாற்றில் ஒரு மகத்தான சாதனை. சொல்லப் போனால் முதல் சாதனையாகவும் இருக்கும் என்று நினைத்தேன்.

ஒரு சிறுகதை தொகுதி வெளியிட்டுவிட்டு நூலக ஆணை கிடைக்கப் பெறாமல் அந்த ஆயிரம் பிரதிகளையும் வீட்டின் இண்டு இடுக்குகளில் வைத்து கரையானுக்குப் பாதி, அன்பளிப்புக்கு மீதி என்று அவதிப்பட்டவனுக்குத்தான், சவீதா முத்துகிருஷ்ணன் என்ற எழுத்தாளனுக்குள் ஒளிந்திருக்கிற சாமர்த்தியம் தெரியும்.

"என்னது... என்ன இது அநியாயம்?"

"அவன் பண்ணினதும்தான் அநியாயம்" என்று என் மனைவி தொலைக்காட்சி சீரியலைப் பார்த்து ஏதோ சொன்னாள். நான் மனதுக்குள் நினைத்தது வாய்வழி முனகலாகவே வெளிப் பட்டிருக்கிறது என்பதைச் சுதாரித்து உணர்ந்தேன். டி.வி.யில் வேறு ஏதோ அநியாயம் நடந்து கொண்டிருக்கிறது போலும்.

"இந்தப் புத்தகத்தை ரமேஷ் வீட்டிலும் வாங்கினாங்களா?"

"எந்தப் புத்தகம்?"

"சவீதா முத்துகிருஷ்ணன் சிந்தனைகள்"

அப்போதுதான் ஞாபகம் வந்தவளாக என் கையில் இருந்த புத்தகத்தைக் கவனமாகப் பார்த்தாள். புத்தகத்தைப் பார்த்த அதே பாவனையில் என் முகத்தைப் பார்த்தாள். மனிதர்கள் அஃறிணையைப் பார்ப்பதற்கும் – சரியாகச் சொன்னால் உயிரற்ற ஜந்துக்களைப் பார்ப்பதற்கும் உயிருள்ள ஜீவன்களைப் பார்ப்பதற்கும் அவர்களுக்கே

தெரியாமல் வித்தியாசத்தை வெளிப்படுத்துகிறார்கள் என்பது அந்த க்ஷணத்தில் எனக்குப் புரிபட்டது. அவள் என்னையும் அந்தப் புத்தகத்தையும் சம நோக்கில் ஏறிட்டதை அவதானித்தேன். இந்தப் புத்தகத்தை வைத்துக் கொண்டு அப்படியென்ன பொல்லாத சந்தேகம் உங்களுக்கு என்ற எரிச்சலும்கூட அதில் இருந்தது.

"எல்லோரும்தான் வாங்கியாகணும்"

"சட்டமா?"

"உங்ககிட்ட பேசி ஜெயிக்க முடியாது"

"ரமேஷ் அப்பா இந்தப் புத்தகத்தைப் பார்த்தாரா?"

"அதெல்லாம் எனக்குத் தெரியாது"

ரமேஷ் வீடு எங்கள் வீட்டுக்கு இரண்டு வீடு தள்ளிதான். நான் நேராகவே ரமேஷ் வீட்டுக்குப் போய் அவருடைய அப்பாவைத் துணைக்கு அழைத்தேன். அவர் மேற்படி புத்தகத்தை அவர் வீட்டில் இருந்த இரண்டே புத்தகங்களான விநாயகர் அகவல், திருப்பாவை ஆகியவற்றுக்கு அடுத்துப் பாதுகாப்பாக வைத்திருந்தார். புத்தகத்தின் சைஸ் காரணமாக அங்கு அடுக்கியிருக்கலாம்.

விஷயத்தை விளக்கி, காலம் காலமாக புத்தரும் ஔவையாரும் திருவள்ளுவரும் இரண்டாயிரம் ஆண்டுகளாகச் சொல்லிக் கொண்டிருப்பதை ஒரு மனிதர் தன்னுடைய சிந்தனைகளாகப் புத்தகம் எழுதி வெளியிட்டிருப்பதுடன் அதை வாங்கியே ஆக வேண்டும் என்று 25 ரூபாய் வேறு வாங்கிவிட்டதைச் சொன்னேன்.

"பரவாயில்லை விடுங்க. எவ்வளவோ செலவு பண்றோம். வீட்டில் புக்குனு ஒண்ணு இருக்கறது நல்லதுதானே?" என்றார். இரண்டே புத்தகங்கள் உள்ள தம் பூஜையறை நூலகத்தில் மூன்றாவதாக இப்படியொரு புத்தகம் சேர்ந்த மகிழ்ச்சி அவர் முகத்தில் தெரிந்தது.

அவருக்கும் மெகா சீரியல் கவலைதான் அதிகமாக இருந்தது. "இவ்வளவுக்கும் காரணம் இந்த இன்ஸ்பெக்டர்தான்" என்றார் டி.வி.யைக் காட்டி. எதிரில் ரத்தமும் சதையுமாக நின்று கொண்டிருக்கும் மனிதனைவிட தொலைக்காட்சி மனிதர்கள் எப்படி முக்கியமாகிப் போனது என்று என் கவலை திசை மாற இருந்த நேரத்தில் சவீதா முத்துக் கிருஷ்ணன் சிந்தனைகளை முதலில் முடிப்போம் என்ற உறுதிக்கு வந்தேன். ஒரே நேரத்தில் இரண்டு சிந்தனைகளை அசைப் போடக்கூடாது என்பது ஒரு ஜப்பானியரின் தத்துவம். அது ஜப்பானியர்தானா.. அவர்களாவது ஒரிஜினலாக யோசித்தார்களா... இல்லை இதோ இந்த சவீதா .. போலத்தானா?

மக்களின் அறியாமை, அலட்சியம், கொடுமை கண்டு பொங்காத

மனநிலை, சகிப்புத் தன்மை, அக்கறை இன்மை எல்லாமுமாகச் சேர்ந்து என்னுடைய ஆவேசத்தை அதிகப்படுத்தியது. இதற்காக சுப்ரீம் கோர்ட் வரைகூட சென்று வாதாடுவது என்று தீர்மானித்தபோது மணி இரவு பனிரெண்டைக் கடந்துவிட்டது.

காலை பள்ளிக்கூடத்துக்குள் நுழைந்து பள்ளியின் தாளாளர் அறையை நோக்கி வேகமாக நடைபோட்டேன். தாளாளரின் கார் பிரமாண்டமாக நின்றிருந்தது. சில வாரங்களுக்கு முன்பு அவர் வார இதழ் ஒன்றுக்கு அளித்த பேட்டி நினைவுக்கு வந்தது. வேலை ஏதும் கிடைக்காமல் தாம் பட்ட கஷ்டத்தையும் பிறகு பள்ளிக்கூடம் தொடங்க முடிவெடுத்து வாழ்க்கையில் முன்னேறியது பற்றியும் அவர் அதில் கூறியிருந்தார். 'வாழ்க்கையில் வென்றவர்கள்' என்ற தன்னம்பிக்கைத் தொடரில் அது வெளியாகியிருந்தது. இரவு ஏற்பட்ட ஆவேசம் சற்றும் குறையவில்லை எனக்கு. அவருடைய காரைப் பார்த்ததும் அது அதிகரித்தது என்றுதான் சொல்ல வேண்டும்.

நான் தாளாளர் அறை நோக்கி வேகமாக நடைபோடுவதைப் பார்த்த காவலாளி படுவேகமாக வந்து என்னைத் தடுத்தான். "யாரைப் பார்க்கணும்?"

"கரஸ்பாண்டன்ட்"

"அதெல்லாம் சாயங்காலம் நாலு மணிக்கு மேலதான். கிளம்புங்க"

"வழி விடுய்யா"

"யோவ் நில்லுய்யா" என்றான் அதே மரியாதையுடன்.

எங்கே கழுத்தைப் பிடித்து வெளியே தள்ளிவிடுவானோ என்று சற்றே தயக்கமாக இருந்தது. அவமானப்படுத்திவிட்டான் என்றால் பிறகு எல்லாமே ஏடாகூடமாகிவிடுமே!

சட்டென என் விசிட்டிங் கார்டை எடுத்து நீட்டினேன்.

இரவு நேரங்களில் வீடு திரும்பும்போது போலீஸ்காரன் சந்தேக கேஸ் என்று மடக்கினால் காட்டுவதற்காக அச்சடித்து வைத்திருந்த விசிட்டிங் கார்டு. அதைப் பார்த்து அவன் உடனடியாக மரியாதை கொடுத்தான் என்று சொல்ல முடியாது. என் பெயருக்கு முன்னால் எழுத்தாளர் என்று அதில் போட்டிருந்தேன். "இதைச் சொல்ல வேண்டியதுதானே? என்னமோ புர்ர்ருனு போறீயே? இங்கயே நில்லு கேட்டுட்டு வந்து சொல்றேன்" என்றான்.

நெடிய வாயில் கதவுகளுக்கு உட்புறமாக நின்றிருந்தபோதும் 'கேட்டுக்கு வெளியே நிற்கும் 'தயக்க தோரணை'யைத் தவிர்க்க முடியவில்லை. உங்கள் அனுமதி எல்லையைத் தாண்டி வந்துவிடவில்லை என்ற ஓர் அடக்கத்தை உடல்மொழியால்

காவலாளிக்கு உணர்த்த முயற்சித்துக் கொண்டிருந்தேன்.

சுவர் கரும்பலகையில் சவீதா முத்துக் கிருஷ்ணன் சிந்தனை என்று குறிக்கப்பட்டு கீழே கலர் சாக்பீஸில் எழுதியிருந்த வாசகம்:

நல்ல மனிதர்களே நாட்டுக்குத் தேவை

இது அந்தப் புத்தகத்தில் இல்லை. அடுத்து அவர் வெளியிடப் போகும் சிந்தனை தொகுதிக்கானதாக இருக்கலாம். எத்தனைத் தொகுதிகள் வெளியிட்டிருக்கிறாரோ?

விசிட்டிங் கார்டுக்கு நல்ல மரியாதை இருந்தது. போன வேகத்தில் காவலாளி வந்து அழைத்தான். காவலாளியிடம் அலட்சியத்தைக் காட்டிவிட்டு தாளாளர் அறைக்குள் நுழைந்தேன். அவரைத் தவிர அங்கு மூன்று பேர் இருந்தார்கள். இருவர் பணியாட்கள். அவருடைய சிந்தனைகள் நூலின் வெளியீட்டு விழா படத்தைப் பெரிய சைஸில் ஃபிரேம் போட்டு, அதைச் சுவரில் மாட்டுவதற்கான வேலை நடந்து கொண்டிருந்தது.

“வாங்க, எழுத்தாளர். இந்த ஃபோட்டோவை இங்கே மாட்டலாமா பாருங்கள்” என்று அபிப்ராயம் கேட்டார் தாளாளர். முரட்டு உருவம். பில்டிங் மேஸ்திரி ஆறுமுகம் ஞாபகத்து வந்தார். விபூதியும் குங்குமமும் நெற்றி நிறைய ஆக்ரமித்திருந்தன. அவருக்கு எதிரில் வேறொருவர் உட்கார்ந்திருந்தார். விரலை அவர் பக்கம் நீட்டி “இவர்தான் கவிஞர் கவிமுகிலன்” என்றார் என்னைப் பார்த்தவாறு. “இவர்....” என்றபடி என் விசிட்டிங் கார்டில் பெயரைத் தேடினார். நான் கவிமுகிலனையும் அந்தப் போட்டோவில் அவர் புத்தகம் வெளியிட்டுக் கொண்டிருப்பதையும் பார்த்துவிட்டு, விஷயத்துக்கு வந்தேன்.

“உங்களோட புத்தகத்தைப் பார்த்தேன்”

அவருடைய மேஜை அறையைத் திறந்து அவருடைய புத்தகத்தை எனக்கு அன்பளிப்பாகத் தருவதற்கு எத்தனித்தவர், நான் இப்படிக் கூறியதும் அதை மறுபடி உள்ளே வைத்துவிட்டு “எப்படி இருந்தது சொல்லுங்க” என்று பெருமிதம் பொங்கப் பாராட்டுகளைப் பெறுவதற்காகக் காத்திருந்தார்.

அந்தச் சூழ்நிலையை எதிர் கொள்ள முடியாமல் தவித்தேன்.

“உண்மை பேச வேண்டும் என்பதும்; உழைத்து முன்னேற வேண்டும் என்பதும் எப்படி உங்களுடைய சிந்தனையாகும்?” என்றேன் ஒரு திடீர் உந்துதலில்.

அந்த அறையில் இருந்த நான்கு பேருமே அதிர்ச்சியுடன் திரும்பிப் பார்த்தனர். தாளாளரும் இதை எதிர்பார்க்கவில்லை. ஃபோட்டோ

மாட்டிக் கொண்டிருந்தவர்களுக்கு என்ன சைகை செய்தாரோ.. இருவரும் வெளியேறினர்.

"நீ மட்டும் என்ன பிரமாதமா எழுதிட்டே?" ஒருமையில் கேட்டார்.

"நான் உங்களைவிட சிறப்பா எழுதுவேன் என்று நிரூபிப்பதற்காக வரவில்லை. எழுத்தாளர் என்ற முறையிலும் வரவில்லை. என் குழந்தையிடம் இந்தப் புத்தகத்தைக் கொடுத்து 25 ரூபாய் வாங்கியிருக்கிறீர்கள். இந்தப் புத்தகத்தை வாங்குவதில் எனக்கு உடன்பாடில்லை"

"இப்ப என்ன 25 ரூபாய் வேண்டுமா?" என்றபடி ஆவேசமாக பர்ஸை எடுத்து ஒரு நூறு ரூபாய் தாளை எடுத்து என் முன் வீசினார்.

"எனக்கு 25 ரூபாய் தந்தால் போதும்" என்றேன்.

"ஃபிஸ் கவுண்டரில் போய் வாங்கிக்க" என்றபடி இண்டர்காமில் தகவல் சொன்னார்.

"நீ போகலாம்... வயிற்றெரிச்சல் கிராக்கிங்க"

"புலவர்களுக்குள் சச்சரவு ஏற்படுவது சகஜம்தான்... கம்பனுக்கும் ஒட்டக்கூத்தனுக்கும் ஏற்படாத சச்சரவா?" தாளாளர் முன் அமர்ந்திருந்தவர் சமாதானம் செய்து கொண்டிருந்தார்.

கவிதாசரண்– 2008

ஜெயந்தி

மாமியார் மருமகள் சண்டை வருவதற்கு ஏகப்பட்ட காரணங்கள் இந்த உலகில் உண்டு. ஆனால் வைஜெயந்தி என்ற பெயரால் ஒரு பிரளயம் ஏற்பட வாய்ப்புண்டா?

சண்முகம் வீட்டில் ஏற்பட்டது.

சண்முகத்தின் தங்கை பெயர் வைஜெயந்தி. டெலிபோன் இன்டெக்ஸ் புத்தகத்தில் அவள் பெயரை 'வி' என்ற ஆங்கில எழுத்துக் குறிக்கும் இடத்தில் குறித்து வைப்பது நியாயந்தானே? நாத்தனாரின் பெயரை அங்குதான் எழுதி வைத்திருந்தாள் அர்ச்சனா. சண்முகத்தின் அம்மாவுக்கு அந்தத் தர்க்க நியாயங்கள் புரியவில்லை.

"ஏண்டி உன் அம்மா, அண்ணன் பெயரையெல்லாம் முதல் பக்கத்தில எழுதிட்டு என் பொண்ணு பேரை கடைசிப் பக்கத்தில எழுதியிருக்கே" என்று ஆரம்பித்தார். அர்ச்சனாவுக்குக்கூட இந்தக் கேள்வி கேட்கப்பட்ட ஆரம்ப நிமிடத்தில், ஏதோ தவறாக அப்படி எழுதிவிட்டோமோ என்ற அச்சம்தான் முதலில் ஏற்பட்டது. வள்ளியம்மாவின் குரல் தீட்சண்யம் அப்படி. கொஞ்ச நேரம் கழித்துத்தான் அண்ணனின் பெயர் 'அன்பு' என்பதே உறைத்தது.

அர்ச்சனாவுக்குக் கோபமும் சிரிப்பும் சேர்ந்து வந்தது. இந்த இரண்டின் கலவை ஒருவித அலட்சியப் போக்கை அவளிடம் ஏற்படுத்தியது. பதில் சொல்ல விருப்பமே இல்லாமல் முந்தானையை மட்டும் ஒரு உதறு உதறி இடுப்பில் சொருகிக் கொண்டு இரண்டு மாதங்களுக்கு முந்தைய வார இதழை எடுத்து வைத்து வாசிக்க ஆரம்பித்தாள்.

இதன் பிறகு என்ன நடந்திருக்கும் என்று விவரிக்க வேண்டியதில்லை. இந்திரா காந்தி- மேனகா காந்தி ஜோடியிலிருந்து இசக்கியம்மா- காந்திமதி ஜோடி வரைக்கும் இது சற்றேறக் குறைய மனஸ்தாபமாகவோ, வார்த்தை வெடிப்புகளாகவோ ரசாயன மாற்றமடையும். இங்கே வார்த்தை வெடிப்பு.

இந்தச் சச்சரவுகளுக்குச் சற்றும் சம்பந்தமே இல்லாத - அந்த நேரத்தில் அவனுடைய மேலாளரிடம் ஏதோ அவசர ஆவணத்தைக் கண்டெடுத்துக் கொடுக்க முடியாத பரிதவிப்பில் ஏச்சும் பேச்சும் வாங்கிக் கொண்டிருந்த - சண்முகம், இவர்களின் பேச்சில் சிக்கி மேலும் வதைபட ஆரம்பிந்தான்.

ஒன்றுமில்லை "வரட்டும் அவன்" என்று வள்ளியம்மா பெருமூச்சோடு ஆவேசப்பட்டார். அவருடைய முந்தானையை அவரும் உதறினார், சொருகினார்.

"வந்தா என்ன பண்ணிடுவாராம்?"

"வாலை ஒட்ட வெட்டச் சொல்றேன்.. இரு... இரு."

"எங்க குடும்பத்தில யாருக்கும் வாலெல்லாம் இல்ல.. எத்தனையோ லட்சம் வருஷமா நாங்க வால் இல்லாமத்தான் இருக்கோம். உங்க

குடும்பத்தைப் பத்தி எனக்குத் தெரியாது” என்று பரிணாம இலக்கணப்படி அர்ச்சனா ஏதோ சொன்னாள். பதிலுக்குத் திட்டுகிறாள் என்று உத்தேசமாகப் புரிந்து கொண்டு வள்ளியம்மாவும் “லட்சம் வருஷமா வாலில்லாதவளோட லட்சணம் தெரியாது? நாங்க கோடி வருஷமா வாலில்லாமத்தான் இருக்கோம்” எனப் பதிலடி கொடுத்தாள்.

கோடி ஆண்டுகளுக்கு முன்னால் குரங்குகளே கிடையாது என்பது தெரிந்ததால் அர்ச்சனாவால் மேற்கொண்டு தம் மாமியாரிடம் பேசி ஜெயிக்க முடியாது என்ற முடிவுக்கு வந்தாள். தான் படித்தவள் என்ற முழு நம்பிக்கை அர்ச்சனாவுக்கு உண்டு. அதை நிலைநாட்டுவதில்தான் அவளுக்குப் பழைய வார இதழே பரவாயில்லை என்று படிக்க ஆரம்பித்தாள்.

தட்டில் மத்தியானம் சாப்பாட்டைப் போட்டு வைத்த போதும் வள்ளியம்மா சாப்பிடவில்லை. அர்ச்சனா அதைப்பற்றிக் கவலைப் படாமல் சாப்பிட்டுவிட்டுப் படுத்தாள். வள்ளியம்மா மகன் வருகிற வரைக்கும் சாப்பிடாமல் இருக்க வேண்டும் என்ற வைராக்கியத்தோடு ஈ மொய்க்கும் தட்டுக்குப் பக்கத்திலேயே சுருண்டு படுத்துக் கொண்டாள்.

அன்று பார்த்து சண்முகம் மிகவும் தாமதமாகத்தான் வீட்டுக்கு வந்தான். அம்மா ஏதாவது கோபம் பொருட்டு சுருண்டு படுத்திருக் காங்களா? எப்போதும் போல் ஏழு மணிக்கெல்லாம் தூங்கி விட்டார்களா என்று சந்தேகிக்க அவனுக்கு அவகாசம் இல்லை. விட்டால் நின்று கொண்டே தூங்கிவிடும் அளவுக்குச் சோர்வு அவனுக்கு.

சண்முகத்துக்குச் சாப்பாடு போட்டபடி, “கோடி வருஷமா எங்க குடும்பத்தில வாலில்லாம இருக்கோம்கிறாங்களே எனக்குத் தெரிஞ்சு வாலில்லாத டைனோஸார் கேள்விபட்டதே இல்ல” எனப் பேச்சைத் தொடங்கினாள் அர்ச்சனா. இப்படி மொட்டை ராஜா குட்டையில் விழுந்தான் கதையாக ஆரம்பிப்பது அர்ச்சனாவின் வழக்கம். அதிலும் மாமியாரைப் பற்றி இப்படி ஜாடையாக ஆரம்பிக்கும் ஒரு வழக்கம்மட்டும்தான் உண்டு.

சண்முகம் திடுக்கிட்டு சுருண்டு கிடந்த அம்மாவையும் அவருக்குப் பக்கத்தில் உலர்ந்து ஈ மொய்த்துக் கிடந்த சாப்பாட்டுத் தட்டையும் பார்த்தான்.

“என்னது டைனோஸார்?”

“உங்கம்மாதான் சொன்னாங்க. உங்க குடும்பத்தில கோடி

வருஷமா வால் கிடையாதுன்னு. ஏதாவது அர்த்தமிருக்கா பாருங்க.. இப்படித்தான் பேசறாங்க"

"புரியற மாதிரிதான் சொல்லேன்?"

"நீங்க வந்ததும் என் வாலை ஒட்ட நறுக்கறேன்னு சொன்னாங்க. மனுஷனுக்கு ஏது வாலு? மனுஷனுக்குக் குறைஞ்சது லட்சம் வருஷமா வால் கிடையாது... அதாவது வாலில்லாமப் போனதாலதான் அவன் மனுஷன்..."

"இன்னும்கூட எனக்குப் புரியல. என்ன பிரச்சினை?"

"எனக்குந்தான் புரியல"

சண்முகத்தின் அம்மா படுத்திருந்த இடத்தில் இருந்து குபுக் என்று ஒரு விம்மலும் மூக்குறிஞ்சலும் கேட்டது.

"அம்மா நீயாவது சொல்லேன்..."

"நான் என்னடாப்பா சொல்றது? என்னை எங்கயாவது ஆசிரமத்தில சேர்த்துடு.." சொல்லி முடிப்பதற்குள் குபுக் என்று இன்னொரு டம்ளர் கண்ணீர் பொங்கி முந்தானைக்குப் போனது.

"இதெல்லாம் என்னங்க?" என்றாள் அர்ச்சனா.

"யாராவது சொன்னாத்தானே பிரச்சினை என்னன்னு தெரியும்?"

"உலகமே புரியாதவங்களா இருக்காங்க. அதுதான் பிரச்சினை" என்பதை ஆங்கிலத்தில் சொல்லிவிட்டு, "நான் பாம்பேல வளர்ந்தவ. எனக்கு மாமியார் முன்னாடி கால் மேல கால் போட்டு உட்கார கூடாதுனு தெரியாது. அதுக்கு என்ன பிரச்சினை பண்ணாங்கன்னு உங்களுக்குத் தெரியும்தானே? அதுமாதிரிதான் இதுவும். ஸில்லி" என்றாள்.

"இன்னைக்கு என்ன நடந்தது?"

"ஏபிசிடி'ல 'வி' எத்தனாவது எழுத்து?"

உண்மையிலேயே சண்டையின் ரிஷிமூலம் தெரிந்து கொள்வதில் ஒரு கணம் தீவிர ஆர்வப்பட்டான் சண்முகம். சண்டை ஒரு சுவாரஸ்யமான புதிராக இருப்பதும் இயல்பானதாக இருப்பதும் அவனைச் சோர்விலிருந்து விடுவித்தது. ஆனால் இத்தகைய தருணத்தில் இறுக்கமாக இருக்க வேண்டும் போல் முகத்தை வைத்துக் கொண்டான். அந்த இறுக்கமான ஆர்வத்தோடு மனதுக்குள்ளேயே கூட்டி "22-வது எழுத்து" என்றான்.

ஏதோ அந்த இருபத்து ரெண்டோட இன்னொரு இருபத்து ரெண்டைக் கூட்டி இரண்டால் வகுக்கவும் என்று சொல்வாள் என்று எதிர்பார்த்தான். அவளோ அந்த விடையை விட்டுவிட்டு "உங்கம்மா 'வி' தான் இங்கிலீஸ் எழுத்துல முதல்ல வரணுங்கிறாங்க"

அம்மாவுக்கு அப்படியொரு மொழி ஆர்வம் இருக்க வாய்ப்பே இல்லை என்று அவனுக்குத் தெரியும். அப்படி அம்மா ஆசைப் பட்டால் அர்ச்சனாவும் மல்லுக்கு நின்று அதற்குத் தடையாக இருக்க மாட்டாள் என்பதும் சண்முகத்துக்குத் தெரியும்.

அம்மாவிடமும் நியாயம் கேட்கிற தொனியில் 'வி'தான் முதல்ல வரணும்னு சொன்னியாமா?" என்றான் நம்பிக்கையே இல்லாமல்.

"இல்லாததும் பொல்லாததும் சொல்றாப்பா.. நான் அதெல்லாம் சொல்லவே இல்ல"

"வைஜெயந்தினா ஆல்பபெட் பிரகாரம் கடைசியிலதான வரும். ஏன் முதல்ல வரலைனு கேட்கிறாங்க"

"ஏன் அர்ச்சனா இதெல்லாமா பிரச்சினை? அவங்க ஏதோ தெரியாமச் சொல்றாங்க."

"அதுக்குப் பொண்ணு பொறந்தப்பவே அனுசுயா, அன்பரசினு வெச்சிருக்கணும்." மாமியார் பக்கம் திரும்பி "ஏன் வையெந்தினு வெச்சீங்க?" என்றாள்.

வள்ளியம்மாவுக்குச் சுத்தமாகப் புரியவில்லை. காலையில் என்ன நடந்தது என்பதைத்தான் சொல்கிறாளா வேறெதாவது புதிதாகக் கதைகட்டுகிறாளா என்று குழம்பிப் போனார். "என் பொண்ணுக்கு என்ன பேர் வைக்கணும்னுலாம் நீயொண்ணும் சொல்ல வேண்டிய தில்லை"என்றார் வெடுக்கென்று.

பிரச்சினை வேறொன்றாக மாறுவதற்குள் சண்முகம் சுதாரிக்க வேண்டியிருந்தது. அகரவரிசைப்படி ஒரு பெயர் எந்தெந்த இடத்தில் இடம் பெறுகிறது என்பதைப் பற்றி அம்மாவிடம் விளக்கிக் கூற ஆரம்பித்து, பாதியில் ஏற்பட்ட அயர்ச்சியால் "இனிமேல் இந்த மாதிரி விஷயத்துக்கெல்லாம் சண்டை போடாதே அர்ச்சனா" என்று முடித்துவிட்டான்.

"என்கிட்ட ஏன் சொல்றீங்க? உங்க அம்மாகிட்ட சொல்லுங்க... உலகத்தில என்ன நடக்குதுனு தெரியாமப் பேசறாங்க. எனக்கு அது எரிச்சலா இருக்கு. அதுதான் பிரச்சினை"

"அதுதான் பிரச்சினைனு தெரியுதில்ல? அப்புறம் அதை சமாளிக்கிறதில என்ன கஷ்டம்?"

"அவருக்கு முன்னாடியே போய் சேர்ந்திருக்கணும். வேண்டாம்பா என்னை யாரும் சமாளிக்க வேணாம்... நான் என் பொண்ணு வீட்லயே போய் இருந்துகிறேன்"

"அம்மா.. உன்னைச் சமாளிக்கிறதைப்பத்திச் சொல்லல. பிரச்சினையைச் சமாளிக்கிறதப்பத்தி."

“ரெண்டும் ஒண்ணுதாம்பா” என்று தம் சிறிய துணி மூட்டையை கையில் எடுத்துக் கொண்டார். அர்ச்சனாவுக்கு ஏன் எரிச்சல் வருகிறது என்று சண்முகத்துக்கு நன்றாகப் புரிந்தது.

“காலைல பேசலாம் படும்மா”

இரண்டு பேரின் கண்களிலும் சண்முகம் யார் பக்கம் என்பதைத் தெரிந்து கொள்கிற தவிப்பு இருந்தது. ஜெயிக்கப் போவது யாரு என்று உரசிப் பார்க்கிற உத்தி. அதைத் தெரிந்து கொள்வதற்காகத்தான் சண்டையை ஆரம்பிக்கிறார்களா என்பதும் பல்லாயிரம் ஆண்டு கேள்வி.

இந்தப் பிரச்சினையை எந்த இடத்தில் இருந்து களைவது... மொட்டை மாடியில் சிகரெட் கொளுத்தி நடந்தான். சென்ற தலைமுறையாக இருந்தால் “அடிச் செருப்பாலே நாயே” என்று இடுப்பில் நாலு உதை உதைத்துப் பொண்டாட்டியை ஒரு மூலையில் உட்கார வைத்திருப்பார்கள். இப்போது மனைவியின் கன்னத்தில் அறைந்தால் ஓராண்டு சிறை. அம்மாவின் கடைசி காலம் நிம்மதியாக இருக்க வேண்டும் என்று மகன் எதிர்பார்ப்பது நியாயமும் கடமையாகவும் இருக்கிறது. ஆனால் அம்மாவின் நிம்மதி எந்தக் கிளி வயிற்றுக்குள் ஒளிந்திருக்கிறதோ?

அர்ச்சனா மாடிக்கு வந்து, “நல்லா தூங்கறாங்க. குறட்டை வேற” என்றாள்.

“எப்படியாவது பிரச்சினையில்லாம பார்த்துக்கக் கூடாதா?”

“.....”

“உலகம் புரியணும்னு சொல்றியே... அது என்ன? பிகார்ல இருக்கிற ராம்நாத் யாதவ்ங்கிறவனோட கொலை வழக்கப்பத்தி தெரிஞ்சுக்கிறதா? இல்ல கலிபோர்னியாவில இருக்கிற ராபர்ட்டோட கள்ளக்கடத்தல் விவகாரத்தைப் பத்தித் தெரிஞ்சுக்கிறதா? இதோ இந்த நேரத்தில உலகத்தில ஏதோ ஒரு மூலையில நடந்த ரயில் விபத்தில இறந்து போன ஐந்து வயசு சிறுமிக்காக வருத்தப்பட்றதா?... சொல்லு அர்ச்சனா? இது எதுவுமே நம்ம உலகத்தில இல்ல. நம் உலகத்தில சோமாலியா பஞ்சம் இல்ல... ஜப்பான் பூகம்பம் இல்ல... உலகம்னு நாம சொல்லிக்கிட்டிருக்கிற ‘நம்ம உலக’த்தில இப்ப 600 கோடி பேரா இருக்காங்க? மிஞ்சிப்போனா சில பத்து பேர்கள்... அல்லது சில நூறு பேர்கள்.”

அர்ச்சனா கையை மேலே உயர்த்தி உடலை முறித்துச் நக்கலாகச் சிரித்தாள்.

“இதுக்குப் போயா இவ்வளவு தீவிர சிந்தனை... வந்து படுங்க.

பொம்பளைங்க அப்படித்தான். அதிலயும் மாமியார் மருமகள்னா இப்படி ஏதாவது இருந்துகிட்டுத்தான் இருக்கும். இதில ஆம்பளைங்க யார் பக்கமும் நிற்காம இருந்தாலே பாதி பிரச்சினை சரியாகிடும்."

சிகரெட்டைப் பிடுங்கி தூர எறிந்தாள். "நாட்டின் அதிபர்கள், பிரதமர்கள் பட வேண்டிய சிந்தனையெல்லாம் நமக்கு எதுக்கு? அதுவும் இந்தியாவில இருக்கிற என்னைப் போன்ற பெண்ணுக்கு எதுக்கு?" என்றபடி கீழே இறங்கினாள்.

நைட்டியில் மொட்டை மாடியின் நிலவொளியில் அவள் சொல்வது தேவவாக்கு போல இருந்தது.

அவள் சொல்வதை அப்பாவித்தனமாக நம்புகிறவனைப் போல பாவனை செய்து கொண்டு அவளுக்குப் பின்னால் நடந்தான். தான் அழைக்காமலேயே அவன் தன் பின்னால் வருவது அவளுக்குப் பூரிப்பாக இருந்தது.

கூடத்தில் அம்மா நிம்மதியாகத்தான் தூங்கிக் கொண்டிருப்பதாகத் தெரிந்தது சண்முகத்துக்கு.

சண்டே இண்டியன்– 2008

ஹூம்

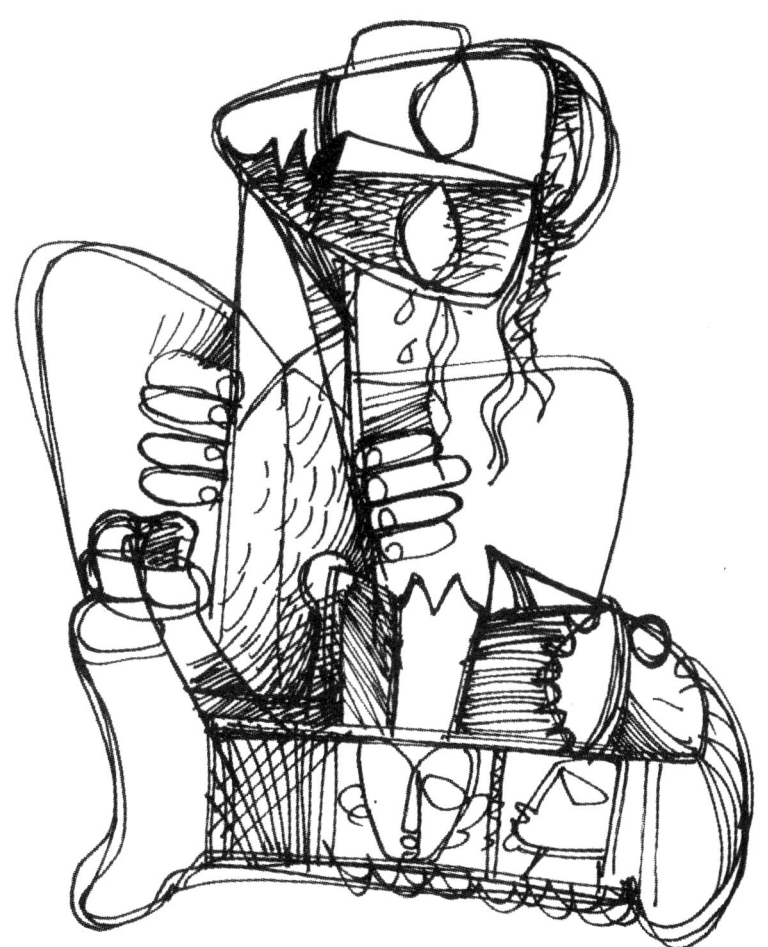

உயிரைக் கீறும் ஓசையாக இருந்தது அது. சொல்லப் போனால் மற்றவர் யாருக்கும். அப்படி ஓசை ஏற்பட்டதாகக் கேட்டிருக்கக்கூட வாய்ப்பில்லை. சுற்றியிருந்த இருபது முப்பது பேரில் ஒருவருக்குமா கேட்டிருக்காது என்று சந்தேகமாக

எல்லோரையும் மிரள மிரள பார்த்தேன். இறந்துபோன அப்பாவின் உணர்ச்சியற்ற முகம் என்னைக் கேலியாகப் பார்ப்பது போல இருந்தது. ஆனால் அவர்தான் ஹீனசுரத்தில் முனகியது போல இருந்தது எனக்கு.

அப்பா இறந்துவிட்டார் என்று எனக்கு உறுதியாகத் தெரிந்தது. இல்லையென்றால் அவரை இப்படி எல்லாச் சடங்கும் முடிந்து சுடுகாடு வரை தூக்கி வந்து விறகுக் கட்டை மேல் கிடத்தியிருக்க மாட்டோம் என்பது புரியாமல் இல்லை. ஆனால் நான் கேட்டது அப்பாவின் குரல்தான்... அதில் சந்தேகமே இல்லை.

அப்பா இறந்துவிட்டார் என்று உறுதி செய்தது யார்... சொல்லப்போனால் யாரும் இல்லை. உடம்பு சில்லிட்டு இருந்தது. நாடித் துடிப்பே இல்லை என்பது பக்கத்து வீட்டு செட்டியார்தான் அம்மாவின் அழுகையைப் பார்த்துவிட்டு அவசரத்துக்குச் சொன்னது. சொல்லக்கூட இல்லை. உதட்டைப் பிதுக்கி பெருமூச்சு விட்டார். எல்லோரும் அதையே உறுதியான முடிவாக ஏற்றுக் கொண்டோம். 77 வயதில் அப்பாவின் உடம்பு வாகுக்கு நாடித் துடிப்பு என்பதே எளிதில் தெரிந்து கொள்ள முடியாததாகத்தான் இருந்தது. கையால் பார்த்தெல்லாம் அந்தத் துடிப்பைத் தேர்ந்த டாக்டரால்தான் இனம் காண முடியும். கையால் தொட்டுப் பார்த்து இப்படி முடிவுக்கு வந்தது சரிதானா?

"முன்னையிட்ட தீ .... தம்பி இப்படி வந்து நில்லு... முகத்தைப் பாத்துக்கோ... முன்னையிட்ட தீ முப்புரத்திலே... இப்படி வா.. அன்னையிட்ட தீ அடிவயிற்றிலே..." பண்டாரம் தோளுக்கு மேல் தண்ணீர் பானையைத் தூக்கி வைத்துச் சுற்றி வரச் சொன்னார்.

அப்பா என்னை எங்கே அழைத்துச் சென்றாலும் டாக்ஸியிலோ, ரிக்ஷாவிலோதான் அழைத்துச் செல்வார். தியேட்டர் என்றால் பால்கனி. சர்க்கஸ் என்றால் முன் வரிசை சோபாவில். முதன் முதலில் புத்தகக் கண்காட்சிக்கு அழைத்துச் சென்றதும், லைப்ரரிக்கு அழைத்துச் சென்றதும் அப்பாதான். குழந்தைகளுக்குச் செல்லம் கொடுப்பது எப்படி என்று போட்டி வைத்தால் அப்பாவை அடித்துக் கொள்ள ஆள் இருக்க மாட்டார்கள். முதுமைக்கே உரிய இயலாமையும் எரிச்சலும் அவரை கடைசிக் காலங்களில் மாற்றி விட்டது. இருந்தாலும் அப்பாவை அந்த முதுமைக்கான இலக்கணத்தில் அடக்க முடியாது. அப்பா குழந்தைத்தனமாகத்தான் இருந்தார். மைதானத்தில் கிரிக்கெட் ஆடும் பசங்களோடுதான் சகவாசம். தேர்ட் அம்பயர் வேலையெல்லாம் பார்ப்பார். கடைசிவரை

நடமாட்டம் இருந்தது. அடிக்கடி லோ பிரஷர் என்று கண்ணை மூடிக் கொண்டு மயக்கத்தில் படுத்திருப்பார். மீண்டும் உற்சாகமாகிவிடுவார். நாடி ஒடுங்கிப் படுத்துக் கிடப்பார். அல்லது கம்பளி போர்த்திக் கொண்டுதான் உலாவல். 'டாக்டராவது கீட்ராவது.... வயித்த வெட்டிப் பார்க்கணும். கிட்னிய மாத்திப் பார்க்கணும்னு ஏதாவது சொல்லுவானுங்க. லூஸுப்பசங்க' என ஒரே போடாகப் போட்டதில் நாங்களும் வசதியாக விட்டுவிட்டோம். இப்போது இறந்து விட்டாரா... அல்லது அப்படியான சோர்வால் ஏற்பட்ட உறக்கமா என்று தெரியவில்லை.

இப்போது பாடையில் இருந்து இறக்கி வைத்தபோது வலியோடு முனகிய சப்தம் கேட்டதே... யாருக்குமே கேட்கவில்லையா?

அதிகாலையில் அம்மாவின் அலறல் சத்தம்... 'அப்பா மூச்சு பேச்சு இல்லாம கிடக்கிறார்டா'... நான் ஓடிவருகிறேன். அப்பாவின் தலை ஈஸி சேரில் சாய்வுப் பட்டையில் இருந்து சரிந்து ஒரு பக்கமாய் கீழே தொங்கிக் கொண்டிருக்கிறது. பதட்டமாக இருக்கிறது.... அப்பா வுடன் புரூஸ் லீ படம் பார்த்தது ஞாபகம் வருகிறது. கட்லெட் வாங்கித் தந்தது ஞாபகம் வந்தது.

பண்டாரம் நிறுத்தி பானையில் இரண்டாவது ஓட்டை போடுகிறார். முதுகில் சில்லென்று வழியும் நீர். முன்னூறு நாள் சுமந்து... டிங் டிங்.. டிங் டிங்.. டிங் டிங்..

பதட்டத்தோடு தலையை நிமிர்த்தி வைத்துவிட்டு "அப்பா அப்பா" என்கிறேன் அவர் முகத்தருகே சென்று. அது அப்பாவை எழுப்புவதற்கா, கதறலா என்று எனக்கே புரியவில்லை. அப்பாவின் மரணத்துக்காக அழுவது இதுதான் முதல் முறை... இந்த மாதிரி அழுவதை அப்பா விரும்புவாரா என்ற திடீர் சந்தேகம். ஐயோ கடைசியில் இறந்தே போய்விட்டாரா? பயம் தொற்றுகிறது... இரவு 'ஃபேனை போடுடான்னா லைட்டைப் போட்டுட்டுப் போறியே' என்று கடைசியாகச் சொன்னது நினைவு வருகிறது. எரிச்சலோடு லைட்டை நிறுத்தி விட்டு ஃபேனைப் போட்டது ஞாபகம் வருகிறது. கடைசிக் கட்டளை... கொஞ்சம் மகிழ்ச்சியாக அவருடைய ஆசையை நிறைவேற்றியிருக்கலாமோ என்று காலம் கடந்து தோன்றுகிறது. பையன் பின்னாலேயே தூக்கக் கலக்கத்தில் எழுந்து வந்து 'அப்பா பிஸ்கட் வேணும்' என்கிறான். "பெசாம இருடா" என்று அதட்டுகிறாள் மனைவி. என்னையும் அறியாமல் கண் கலங்கி, "தாத்தா நம்மைவிட்டுப் போய்ட்டாருடா" என்கிறேன் மகனை அணைத்துக் கொண்டு. மகன் 'எங்கே போய்விட்டார்?' போல என் அப்பாவைப் பார்க்கிறான்.

மூன்றாவது சுற்று... பானையில் பெரிய ஓட்டையாக விழுந்திருக்க வேண்டும். தண்ணீர் குபுக்கென்று வழிந்துவிட்டு நின்றுவிட்டது. புண்ணியாதானம் பண்றவங்களாம் பண்ணலாம்... புண்ணியாதானம் பண்றவங்களாம் பண்ணலாம்... அவசரமாக ஒரு தோராய வரிசை... எல்லோரும் ஆளுக்கு நாலணாவோ, எட்டணாவோ சொம்புத் தண்ணீரில் போட்டு நமஸ்கரித்துப் புண்ணியம் தேடினர்.

அப்பா முகம் தூங்கும் போது இப்படித்தான் இருக்கும்... வாயில் வெற்றிலையை நுணுக்கி சொருகி வைத்திருந்ததுதான் வித்தியாசம்... அவர் வெற்றிலை போடுகிறவர் அல்ல. எப்போதாவது மீன் குழம்பு சாப்பிட்டால் சாஸ்தரத்துக்கு ரெண்டு வெற்றிலை போட்டுக் கொள்வார். அப்பாவுக்கு இன்னும் உயிர் இருக்கிறதா? காலையில் இருந்து இத்தனை களேபரத்தில் எழுந்திருந்திருக்க மாட்டாரா? பையன் பென்சிலைக் கீழே போட்டாலே “என்னடா சத்தம்... கொஞ்ச நேரம் தூங்க விட்றியா?” என்பாரே... இவ்வளவு புகை... இத்தனை அழுகை... என்னதான் லோ பல்ஸாக இருந்தாலும் இப்படி மயங்கிக் கிடக்க முடியுமா? குளிப்பாட்டும்போது எழுந்திருந்திருக்க மாட்டாரா?

“புண்ணியாதானம் பண்றவங்களாம் பண்ணலாம்... முகத்தப் பாக்கறவங்க பார்க்கலாம். முகத்தப் பார்க்கறவங்கலாம் பார்க்கலாம்” கையில் வரட்டியுடன் பண்டாரத்தின் அவசரம். வெளியே இன்னொருவரின் பிணம் வந்துவிட்டதாம். பக்கத்து மேடையில் அடுத்த உடலை ஏற்றி வைத்து, ‘முன்னை இட்ட தீ... முன்னூறு நாள் சுமந்து’ பாட வேறொரு பண்டாரம் தயாராக இருந்தார். அந்தப் பிணத்துக்குப் புண்ணியாதானம் செய்யவும் முகத்தைப் பார்க்கவும் இன்னொரு பானையில் தண்ணீரும் எல்லாம் சேர்ந்து குழப்பமாகத் தெரிந்தது.

கடைசியாக நாம் ஒருமுறை சோதித்துப் பார்க்காமல் விட்டு விட்டோமே... நெஞ்சோடு காதை வைத்துக் கேட்டால் மூச்சுவிடுவது தெரியாதா?... பக்கத்தில் நின்றிருந்த செல்வத்திடம் நமக்கு வந்த சந்தேகத்தைச் சொல்லலாமா?

“முடிங்க சீக்கிரம்... இருட்டுதில்ல... வெளிய வெய்ட் பண்றாங்களே... உங்களை மாதிரிதானே இருக்கும் அவங்களுக்கும்?” சுடுகாட்டு பணியாள் குழுமியிருந்தவர்களைப் பார்த்து மொத்தமாகக் குரல் கொடுத்தான். எல்லோரும் துரிதமாக இருப்பதாகச் சற்றே அசைந்து கொடுத்தனர்.

அதுதான் சாக்கென்று வரட்டியை அப்பாவின் முகத்தில்

மூடுவதற்குத் தயாரானான். என் கை அனிச்சையாக அவனைத் தடுத்தது. என்னை ஆறுதலாகத் தாங்கிக் கொள்வது போல செல்வம் தோளோடு இழுத்து அணைத்துக் கொண்டான். எரிப்பதைத் தடுப்பதா? எழுவதா? என்ற குழப்பத்தில் இறைவன் விட்ட வழி என்று துணைக்குக் கடவுளைச் சேர்த்துக் கொண்டேன்.

ஏதாவது ஒரு அதிசயம் நடந்து அப்பா எழுந்து உட்கார்ந்து கொள்ளமாட்டாரா?

கடந்த ஆண்டில் ஒருமுறை அப்பாவுக்கு லோ பல்ஸ் ஆகி மூர்ச்சை ஆனபோது ஹாஸ்பிடல் கூட்டிப்போய் கரண்ட் ஷாக் வைத்து எழுப்பினோம். "இன்னும் கொஞ்ச நேரம் இப்படியே இருந்திருந்தா அவ்ளதான்" என்றான் அந்தப் பயிற்சி டாக்டர் உயிரைக் காப்பாற்றிய பெருமிதத்துடன். ஆனால் அப்போது மூச்சு ஏறி இறங்குவது நன்றாகத் தெரிந்ததே...

அப்பாவின் கால் மாட்டில் கற்பூரம் வைத்து, தீப்பெட்டியை நீட்டிக் கொளுத்தச் சொன்னார். கொளுத்தினேன். திரும்பிப் பார்க்காமல் போயிடுங்க...

பாடையை இறக்கி வைக்கும்போது வலியோடு மெலிதாக முனகியது அப்பாதான். ஏற்கெனவே அவர் உடம்பு முடியாமல் இருந்தபோது, காரில் ஏற்றும்போது இப்படி முனகியிருக்கிறார். அப்பாவின் குரல் மகனுக்குத் தெரியாதா?

ஐயோ... உயிரோடுதான் அவரை எரித்துவிடுகிறோமா? அவசரமாக அப்பாவை நோக்கித் திரும்பினேன். "டேய்... டேய் வாடா" செல்வம் வெளியே இழுக்க... "சார் திரும்பிப் பார்க்காமக் கூட்டிட்டுப் போங்க" பண்டாரமும் வெட்டியானும் அதட்டலுடன் வலியுறுத்த செல்வம் இன்னும் வேகமாக வெளியே இழுத்தான்.

"பாடைக்கும் பூவுக்கும் ரெண்டாயிரம்தான் சார் குட்த்தாரு... இன்னும் ஐநூர் ரூபா தரணும்.." என்று குறுக்கிட்டவனை "தருவாங்க இருப்பா" என்றபடி செல்வம் என்னைப் பார்க்க நான் சுந்தரத்தின் பக்கம் திரும்பி ஜாடைக் காட்டினேன். ஐநூறு ரூபாயை வாங்கிக் கொண்டு,"டெத் சர்டிபிகேட் நானே வாங்கித் தந்துட்டமா... அதுக்குத் தனியா ஐநூர் ரூபா ஆவும்" என்றான் மறித்தவன்.

இவர்கள் எல்லாம் யார்? அப்பா இறந்த அரை மணி நேரத்தில் எப்படித் தகவல் தெரிந்து வந்தார்கள். இவர்களிடம் கொடுக்கிற காசு நியாயமான தொகைதானா...?

என் பதிலை எதிர்பார்க்காமல் "காலைல வாங்க. அஸ்தி எடுத்து வெக்கிறேன்" என்றான்.

பண்டாரம் ஓடிவந்து “பதினாறாம் நாள் காரியத்துக்கு முன்னாளே ராத்திரி வந்துடுவேன். பசு மாட்டுக்குச் சொல்லிடுங்க... இந்தாங்க லிஸ்ட்டு... நானே வாங்கியாந்துடட்டுமா, நீங்க வாங்கி வெக்றீங்களா?”

“எவ்வளவு தரணும்?”

“நானே வாங்கியார்றதுக்கா? மூவாயிர் ரூபா குடுங்க”

கொடுக்கச் சொல்லி மறுபடி சைகை. “எரியுதா?”

“ஆமா சார்.. நாங்க பாத்துக்றோம் கிளம்புங்க. காலைல அவங்களைக் கொண்டாந்து கொடுக்கச் சொல்றேன் அஸ்திய... நீங்க போங்க”

“நீ செல்வம் பைக்ல வந்துடுப்பா” யாரோ சொன்னார்கள்.

உயிரோடுதான் கொளுத்திவிட்டோமா? சுடுகாட்டுக்கு வந்து எரித்துவிட்டு வீட்டுக்குக் கிளம்பும்போது இது என்ன கொடுமையான சிந்தனை? இருக்காது. தலையில் எண்ணெயும் சீக்காயும் தேய்க்கும்போதே உறைந்து போய் கிடந்ததே உடம்பு.. ‘ஹூம்’ என்ற அப்பாவின் முனகல் பிரமையா?

“போலாமா?” என்றான் செல்வம்.

தயாரானபோது அவனுடைய பைக் கீழே சரிந்து கிடந்ததைப் பார்த்து அலுத்துக் கொண்டான். “ஜனங்களுக்கு என்ன அவசரமோ... சுடுகாட்டுக்கு வந்துகூட”

“ஹூம்” பைக்கை ஒரே மூச்சில் தூக்கி நிமிர்த்தினான். செல்வத்திடம் அப்பாவின் அதே ‘ஹூம்’.

பாடையில் இருந்து அப்பாவை இறக்கும்போது எனக்குப் பக்கத்தில் இருந்தவன் செல்வம்தான். இவன்தான் இப்படி குரலெழுப்பினானோ?

“போகலாம். வேஷ்டி மாட்டிக்கப் போகுது. ஒரு பக்கமா உக்காந்துக்க. காலை வெச்சுக்கிட்டியா?”

“ம்”

எல்லோரும் தலா பைக்கிலோ, நடந்தோ அவரவர் வீட்டை நோக்கிப் புறப்பட்டனர். செல்வம் பைக்கைக் கிளப்பினான்.

மனம் விட்டு அழுவதற்கு மனமும் நேரமும் இப்போதுதான் அமைந்தது எனக்கு. பைக்கின் பின்னால் அமர்ந்து முழுசாக அழுதேன். அப்பா முதன் முதலில் என்னை இப்படி ஸ்கூட்டரில் ஸ்கூல் அழைத்துப் போனதில் இருந்து ஞாபக வெள்ளம் கரை புரண்டது. காலில் சுளுக்கு பிடித்த போது அப்பா அவர் மடியில் என் காலை எடுத்து வைத்துக் கொண்டு இரவெல்லாம் அழுத்திக்

கொண்டிருந்த அடுத்த சம்பவம். அவருடைய கைச் சூடு நேற்றுவரை என் உடம்பில் பதிந்த ஞாபகம்... அவர் கடைசியாக என்னைத் தொட்ட இடம் என்னிடம் இருந்தது. அப்பா எங்கே?...

எனக்கென்னமோ அது அப்பாவின் குரல் மாதிரிதான் இருக்கிறது இப்போதும்.

தினமணிகதிர் – 2008

கன்று

சா ப்பிட ஓட்டலுக்குள் நுழைந்த நேரத்தில் அந்தச் சிறுமியைப் பார்த்தேன். அவள் கையில் சின்ன பர்ஸ் இருந்தது. அந்த அடையாளம் மட்டுமே நினைவுத் துளிர்போல மனதில் இருந்தது. ஓட்டலுக்குள் போன பிறகு அவளை மறந்துவிட்டேன். சாப்பாடு

பற்றிய நினைவுகளை அசைபோடுவது உலகையே மறக்க வைப்பதாகத் தான் இருக்கிறது.

வந்த ஐந்து நிமிடத்தில் சர்வருக்கும் சாப்பிட வந்தவருக்கும் சண்டை வராத டேபிள்கள் எத்தனை எண்ணிக் கொண்டிருந்தேன்.

ரேஷன் கடை ஊழல், பெனிஃபிட் பண்டு மோசடி, போன ஆண்டு கட்டிய பாலம் இடிந்து 100 பேர் பலி, கன்னாபின்னாவென்று கணக்குக் காட்டும் எலக்ட்ரிசிட்டி மீட்டரைச் சரிபார்த்துத் தருவதற்கு லஞ்சம், டிரைவிங் லைசென்ஸைக் காட்டிய பிறகும் பைக் சாவியை எடுத்துப் பாக்கெட்டில் போட்டுக் கொண்டு ஏடாகூடமாக விசாரிக்கும் போலீஸ்... இப்படிக் கோபப் படவேண்டிய எத்தனையோ இடங்களில் மக்கள் காட்டும் பொறுமைகள் எல்லாம் ஹோட்டல் டேபிள்களில் வந்த பின்புதான் ஆவேசமடைகின்றன போலும்.

'யார்யா இந்த டேபிள்?'.. 'சாப்பிட வந்து அரைமணி நேரமாச்சு... ஒரு ஆளும் ஏன்னு கேக்க மாட்டேன்றீங்க...', 'கேட்டாதான் தண்ணி வெப்பியா?...', 'யோவ் சாம்பார்... ஆளு இருக்கறது தெரியலையா?', 'இன்னும் சாப்பாடே வரல அதுக்குள்ள வந்து 'மோரா ஸார்'ங் கிறியே... எங்கேயா உங்க ஓனரு?'... எவ்வளவு எரிச்சல்கள்... எவ்வளவு மிகையான வார்த்தைப் பிரயோகங்கள்.

எதிரில் இருப்பவர் இலையைப் பிடுங்கிக் கொள்வாரோ என்ற அச்சத்தோடே சாப்பிடுகிறார்கள். கைகளிலும் கண்களிலும் தெரிகி றது அவசரமும் அச்சமும். இவ்வளவு வெறித்தனமாக ஏன் சாப் பிடுகிறார்கள் என்று எனக்குப் புரியவில்லை. இந்த ஒரு பிறவியை மக்கள் எப்படியெல்லாம் வாழ்கிறார்கள் என்று கவனிப்பதற்கு ஒதுக்கிவிட்டு அடுத்தப் பிறவியில் இருந்து வாழலாமா எனத் திடீரென நினைத்தேன். ஏதோ தத்துவத்தின் அடிப்படையில் அடுத்த பிறவி என ஒன்று இல்லாமல் போனாலும் பெரிய பாதகம் இல்லை போலத்தான் தோன்றியது.

இந்த ஓட்டல் ஏதோ துவையலுக்கோ, ரசத்துக்கோ, அப்பள த்துக்கோ பேர் போன ஓட்டல் என்றார்கள். எனக்கு எல்லா ரசமும் ஒன்றுதான். புளிக்கரைச்சலால் செய்யப்படுவது. இது இனிப்பு, இது புளிப்பு, இது காரம் என்று சொல்லத் தெரியுமே தவிர இது சுவை, இதில் சற்று குறைவு என்றெல்லாம் வகை பிரிக்கத் தெரியாது. எனக்கு ஆபிஸுக்குப் பக்கத்தில் இருக்கிற ஓட்டல் என்ற காரணத்துக்காகச் சாப்பிட்டுக் கொண்டிருக்கிறேன். கல்லூரிப் படிப்புக்குப் பிறகு ஒரே வருடத்தில் இரண்டாவது வேலை இது. காலை ஆறுமணிக்கே

வீட்டை விட்டுக் கிளம்பினால்தான் பத்து மணிக்காவது ஆபிஸுக்குப் போகமுடியும் என்ற இடைவெளி. ஆறுமணிக்குச் சமைத்ததை அம்மா தந்த சாப்பாடாக இருந்தாலும் மத்தியானத்தில் சாப்பிடவா முடியும்?

வெளியே வந்தேன். சிகரெட் கொளுத்திக் கொண்டு வெயில் இல்லாத இடமாகத் தேடினேன்.

சூரியன் ஓட்டலுக்கு நேர் மேலே இருந்தது. எந்தப் பக்கத்திலும் நிழலே இல்லை. ஓட்டலின் சுவரில் நிழலாலேயே பெயிண்ட் அடித்த மாதிரி ஒட்டிக் கொண்டிருந்தது. இப்படியான தருணத்தில் ஆல்பெர் காம்யூவின் அந்நியன்போல யாரையாவது சுட்டுவிட முடியுமா நம்மால் என்று இருந்தது. யோசனை வேறு பக்கம் திரும்பியது. துப்பாக்கியை ஒருமுறை தொட்டுப் பார்க்கும் சந்தர்ப்பமாவது கிட்டுமா? துப்பாக்கி இல்லாவிட்டால் போகிறது. உருட்டுக் கட்டையை எடுத்து ஒருத்தன் நடுமண்டையில் அடிக்க முடியுமா?...

இப்படியான ஒரு ஆயாசமான சந்தர்ப்பத்தில்தான் அந்தச் சிறுமியை மறுபடி பார்த்தேன். அவள் நடைபாதை மேடையில் அமர்ந்து காலை சாலையில் தொங்கவிட்டபடி வெயிலில் அமர்ந்திருந்தாள். அவள் கையில் சிறிய மணிபர்ஸ்ஸின் உட்புறத் திறப்பில் சிறிய கண்ணாடி. அதில் அவளுடைய முகத்தைப் பார்த்துக் கொண்டிருந்தாள். அவளுடைய உலர்ந்து போன சிக்கடைந்த சிகையை விரல்களால் பின்பக்கம் தள்ளிவிட்டாள். பின்னர் முன் நெற்றியில் சிறிய முடிக் கற்றையை விரல்களால் சுருட்டிவிட்டுக் கொண்டாள். அவளுடைய முகம் அவளுக்கு வியப்புக்குரிய விஷயமாக இருந்திருக்க வேண்டும். தன் மூக்குத்தியைத் திருகி அதில் பொறித்த உருவத்துக்கு ஏற்ப இப்படித்தான் இருக்க வேண்டும் போல நிலைப்படுத்தினாள். மெல்ல தன் நுனி நாக்கால் அக்கண்ணாடியைத் தொட்டாள். கண்ணாடியிலிருந்த நாக்கும் அவளுடைய நாக்கைத் தொட்டது. அவள் பூரிப்பான புன்னகையோடு அதை உள்வாங்கிக் கொண்டு அதே வேகத்தில் இதை யாராவது பார்த்துவிட்டார்களா என்று கவனித்தாள். அதை நான் கவனித்துவிட்டேன் என்பது அவளுக்கு அதிர்ச்சியாகவும் வெட்கமாகவும் இருந்தது. சட்டெனத் திரும்பிக் கொண்டாள். வித்தியாசமாக எதுவும் நடந்துவிடவில்லை எனக் காட்டிக் கொண்டு இயல்பாக பர்ஸை மூடினாள்.

நான் அவளுடைய நடவடிக்கைகளைப் பார்த்துவிட்டேன் என்பது அவளுக்குப் புரிந்துபோனது. ஆனால் நான் காட்சிகளை உள்வாங்கிக் கொள்ளாமல் கவனக் குவிப்பு எதுவும் இன்றி சும்மா வெறித்துக் கொண்டிருந்ததாகத்தான் இருக்கும் என அவள்

எதிர்பார்த்தாள். அவள் எதிர்பார்த்தது உண்மைதானா என்பதைச் சரிபார்த்துக் கொள்வதில் அவளுக்குத் தவிப்பு இருந்தது. மீண்டும் நான் அவளைக் கவனிக்கிறேனா என்று ஓரக்கண்ணால் பார்த்தாள். நான் அவளைத்தான் கவனித்துக் கொண்டிருந்தேன். அவளுக்குத் தேவையற்ற சங்கடத்தை ஏற்படுத்திவிட்டது. உடனே அவள் அங்கிருந்து எழுந்து ஓட்டலின் மறு முனைக்குப் போய் கையேந்தி பிச்சை கேட்க ஆரம்பித்தாள். அவள் கையில் சிறிய தட்டு ஒன்றும் இருந்தது. அவள் பிச்சைக்காரி என்பது எனக்கும் அப்போதுதான் தெரிந்தது.

அதிகபட்சம் பதிமூன்று வயசு இருக்கலாம். சரியான ஆகாரம் சாப்பிடாதவளாக உணர்ந்து பதினான்கு வயதாகவும் இருக்கலாம் என்று கணித்தேன். போதிய கவனிப்பு இருந்தால் அவளுடைய நிறத்துக்கு இன்னும் அழகாகவே இருப்பாள். யாருடைய இரக்கம் காரணமாகவோ வழங்கப்பட்டிருந்த அந்தப் பாவாடை-சட்டையும்கூட அவளுக்குப் பொருத்தமாகத்தான் இருந்தது. அவள் அடிக்கடி என்னை ஓரக்கண்ணால் பார்க்கிறாள் என்று தெரிந்தது. கன்றுக்குட்டிக் காதல் என்பார்களே அதற்குச் சற்று முந்தைய உணர்வு என்று சொல்லலாம் அதை. அந்த உணர்வு எனக்கானதா? அவளுக்கானதா? என்பது அவ்வளவு சர்ச்சைக்குரிய விஷயமில்லை. இருந்தாலும் அதை இருவருக்குமானதாகத்தான் நான் நினைக்கிறேன்.

வெயில் உக்கரமாக இருந்தது. கூட்டமும் கடை வாசல் பக்கமாகவே குழுமிவிட்டது. கடையில் தொங்கவிடப்பட்டிருந்த படுதாவும் புகைப்பிடிப்பு வஸ்துகளும் மக்களை இந்தப் பக்கமாக நகர்த்திவிட்டது. அந்தச் சிறுமி இருந்த இடத்தில் யாருமே இல்லை. யாருமில்லாத இடத்தில் அவளால் பிச்சையும் எடுக்க முடியாதே. ஆனால் அவள் இந்தப் பக்கம் வராமல் இருப்பதற்கு நான் இருப்பதுதான் காரணமா என்பதை அறிந்த போது வருத்தமாக இருந்தது. அவள் கண்ணாடியில் பார்த்து அலங்காரம் செய்து கொள்வதைக் கவனித்து விட்டதற்காக அவள் வெட்கம் அடைந்திருப்பாளோ என்பதைத் தெரிந்து கொள்ளவும் ஒருவேளை நாம் இருக்கும்வரை இந்தப் பக்கம் வரவே மாட்டாளோ என்பதை உறுதிப்படுத்திக் கொள்ளவும் நான் இன்னொரு சிகரெட்டை வாங்கிக் கொளுத்திக் கொண்டேன்.

உண்மையில் அவள் என்னை அடிக்கொருதரம் ரகசியமாகப் பார்த்துக் கொண்டுதான் இருந்தாள். நான் இருக்கும் பகுதி நோக்கி வருவதில் தயக்கமும் இருந்தது. அவள் அடுத்த முறை பார்த்தபோது

அவளுடைய இத்தனை செய்கையையும் உள்வாங்கிக் கொண்டதன் அடையாளமாக ஒரு புன்னகையைச் சிந்தினேன்.

அவளுக்கு அது தன்னை நோக்கித்தானா என்ற சந்தேகம் வந்துவிட்டது. திடுக்கிட்டு வேறு யாருக்கானதோ என்று பதறினாள். அவளைப் போன்றவளைப் பார்த்து இதற்கு முன் யாரும் புன்னகையைச் சிந்தியிருக்க வாய்ப்பில்லை. ஒரு புன்னகையை எதிர் கொள்ள முடியாமல் அவள் தடுமாறினாள். எச்சில் விழுங்கி விழித்தாள். அது எனக்கு மேலும் சிரிப்பை ஏற்படுத்தியது. தன் மீதான இப்படியொரு கவனத்தை அவள் பெரிதும் விரும்பினாள்போல தெரிந்தது. இதற்கு முன்னால் இப்படியொரு நிகழ்வு அவளுக்கு ஏற்பட்டிருக்குமா என்று உறுதியாகத் தெரியவில்லை. நான் நடந்து கொண்டது அவளுக்குப் பெருமையாகவும் கூச்சமாகவும் இருந்திருக்க வேண்டும். சில்லறைகள் இல்லாத தட்டில் விரலால் கிறுக்கி, எந்தப் பாதிப்பு ஏற்படாதவளாகக் காட்டிக் கொண்டாள்.

நட்ட நடு வெயிலில் நடந்து கொண்டிருந்த இந்த நாடகம் வேறு யாராலும் கவனிக்கப்படுகிறதாவெனப் பார்த்தேன். நகரத்து நிலவுபோல பார்ப்பவர் அற்றுதான் இருந்தது.

நான் நினைத்தது தவறு. வேறொரு ஜீவன் அவளைக் கவனித்துக் கொண்டுதான் இருந்தது. ஆவேசமாக வந்த ஒரு பெண்மணி, அந்தச் சிறுமியின் கையில் இருந்த தட்டைப் பிடுங்கி அதாலேயே அவளுடைய தலையில் ஒரு அடி போட்டுவிட்டு "இன்னாடீ பண்ணீங்கீறே இம்மா நேரமா இங்க?" என்றாள்.

இப்படியொரு அவமானத்தை என் எதிரில் எதிர்கொண்டது அதிர்ச்சியாகத்தான் இருந்திருக்கும் அவளுக்கு. ஆனால் அப்படியான செம்மையான உணர்வுகளையெல்லாம் வெளிப்படுத்திப் பழக்க மில்லாதவளாக அவள் இருந்தாள். அவமானப் படுவதை அவள் முதல் முறையாக வெளிப்படுத்த வேண்டியிருந்தது. அடி வாங்கிய அடுத்த கணம் அவள் என்னைப் பார்த்தாள். சிக்னல் விழுகிறவரை சிக்னல் விளக்கைப் பார்த்துக் கொண்டிருக்கிற கவனமும் ஆயாசமும் கலந்த பார்வை அது.

"கூட்டம் அங்க நிக்குது.. இங்க இன்னா பண்றே?" என்றபடி முடியைப் பிடித்து இழுத்து கடை இருந்த பக்கம் நோக்கித் தள்ளினாள்.

அவள் அவசரமாகத் தன் தலை முடியைச் சரி செய்து கொண்டாள்.

"அப்பிடிக்கா போடீன்றல்ல?" என்றபடி தான் வைத்திருந்த கைக் குழந்தையையும் அவள் தோள்மீது சார்த்தினாள். எச்சில் ஒழுகிக்

கொண்டிருந்த குழந்தையின் வாயைத் தான் பாவாடை முனையால் துடைத்துவிட்டு, நன்றாகத் தோளில் சாய்த்துக் கொண்டு லேசாகக் குலுங்கி தயாரானாள். நானிருந்த பக்கம் நோக்கித் தட்டேந்தி எந்திரத்தனமாக வந்தாள்.

சண்டே இண்டியன்– 2008

பத்தினி

"ஹலோ..."
"ஹலோ....?"
"சரியா கேட்குதா?"
"விட்டு விட்டுக் கேட்குது... நீங்க யாரு?"

"சுத்தம்... நான்தான் ஸார்... வினோ பேசறேன்... வினோதினி"

"ஓ.. நீங்களா? குரல் வேற மாதிரி இருந்துச்சு"

"என்ன ஸார் அதுக்குள்ள மறந்துட்டீங்க?"

"குரல் சரியா கேட்கல. நேரம் கழிச்சு கேட்கறதால... எப்படி இருக்குது பாரீஸ்?"

"அதுக்கென்ன..? அமோகமா இருக்கு"

"அப்புறம்?"

"அவ்வளவுதானா.... பேசியாச்சா எல்லாத்தையும்..."

"அப்படி இல்ல, சொல்லுங்க.."

"பொண்ணு எப்படி இருக்கா?"

"என்ன ஸார்... பிஸியா இருக்கீங்களா?"

"சே... நான் நிஜமாத்தான் கேட்டேன். இருங்க வண்டியை ஓரமா நிறுத்திக்கிறேன்"

"ஓ.. ட்ராவல் பண்றீங்களா?"

"நோ ப்ராப்ளம். ஓரமா நிறுத்திட்டேன். சொல்லுங்க"

"உங்க கிட்ட ஒரு விஷயம் சொல்லணும் ஸார்"

"ஒரு மூணு மாசம் டேலி கத்துக் கொடுத்ததாலே ஸார் ஆகிட்டேன் நான்"

"இல்லேனா?"

"சித்தப்பா, மாமானு கூப்பிட்டிருப்பீங்க... ஒருவேளை சந்திச்சிருந்தா..."

"ஸார்ர்..."

"என்னமோ சொல்லணும்னு சொன்னீங்க"

"இங்க நல்ல குளிர். நடுராத்திரி... அங்க?"

"இங்கு கொஞ்சம் குளிர்... நடுராத்திரி இல்ல... இந்த மாதிரி தட்ப வெப்பம் பத்தி பேசத்தான் கூப்பிட்டீங்களா?"

"இல்ல ஸார் எப்படி ஆரம்பிக்கறதுனு தெரியல..."

"பிரச்னையா?"

"இம்சையா இருக்கு ஸார்"

"ரொம்ப திட்றாரா?"

"ரொம்ப அடிக்கிறார்"

"திட்றாருனு தானே சொல்லியிருந்தீங்க.."

"ரொம்ப முக்கியம்... பெருமையான விஷயத்தை மறைச்சுட்ட மாதிரி.."

"சரி இந்த ராத்திரியில என்ன பண்றீங்க... அவர் இல்லையா?"

"பால்கனியில உட்கார்ந்து குடிச்சாரு... அப்படியே வாந்தி...

அங்கயே தூக்கம்.."

"பிரான்ஸ் போனாலும் மக்களோட மனசு மாறலையே"

"இங்க வந்தா மாறிடும்னு யார் ஸார் சொன்னாங்க.. இங்கயும் சண்டை எல்லாம் இருக்கு.. பிரெஞ்ச்ல போட்டுக்கறாங்க"

"அடிக்கறதும் உண்டா அங்கே?"

"இல்லாமே..? விஷுக் விஷுக்னு கோர்ட்டுக்குப் போயிட்றாங்க... நாம கொஞ்சம் ஸ்லோ... அதிலும் நான்... சான்ஸே இல்ல"

"சமாளிச்சுக்கிட்டு இருக்க முடியுமானு உங்களுக்கே தெரியுதா?"

"அந்த நம்பிக்கை எப்பவோ போயிடுச்சு"

"அப்ப நீங்களும் கோர்ட்டுக்குப் போயிட வேண்டியதுதானே?"

"பந்தாவா வெளிநாட்ல கட்டிக் கொடுத்தாங்க... இப்ப வாழா வெட்டியா வந்து சேர்ந்துட்டானு பேசுவாங்க. அம்மாவும் அப்பாவும் ரொம்ப வருத்தப்படுவாங்க. நானும் எந்த முகத்தோட வெளிய போறதுனு தெரியலை"

"அதுக்காக?"

"உங்க கிட்ட யோசனை கேட்டா இப்படிச் சொல்றீங்களே?"

"கோர்ட்டுக்குப் போகணும், இல்ல அடங்கிப் போகணும். அடங்கிப் போகவும் முடியாதுனு சொல்றீங்களே"

"நான் அடங்காம ஆடறேனா?"

"நான் அந்த அர்த்தத்திலே சொல்லலே... ஸாரி வினோ"

"ஆம்பளைங்க.. எந்த அர்த்தத்தில பேசினாலும் அது பொம்பளைங்களுக்கு எதிரா அமைஞ்சுடுது ஸார்.. அது எப்படி?"

"ஐயோ... சாரி.. சாரி சமாளிக்க முடியாதுனு சொன்னீங்களே அதைச் சொன்னேன்."

"ஸாரி சார்.. நான் கொஞ்சம் குடிச்சிருக்கேன்... நானும் சாரி சொல்லிக்கிறேன்"

"வினோ இது என்ன கெட்டப் பழக்கம்... எவ்வளவு நாளா?"

"அவர் அடிச்சுட்டு குடிச்சுட்டு தூங்கின பிறகு அவர் வைக்கிற மிச்சத்தைக் குடிச்சுட்டு தூங்கிடுவேன்."

"அய்யோ... ஏன் இப்படியெல்லாம்?"

"தாங்க முடியல ஸார்...த்ஸ.."

"ப்ளீஸ் அழாதீங்க..."

"அம்மா, அப்பாகிட்ட சொன்னா பிரச்சினை வேற மாதிரி போய்டும்... அதான் உங்க கிட்ட சொல்லி அழுதா கொஞ்சம் பாரம் இறக்கி வெச்ச மாதிரி இருக்கும்."

"......"

"ஸார்?"

"சொல்லுங்க"

"உங்களை வீணா டார்ச்சர் பண்றேன்"

"அவர் கிட்ட பொறுமையா எடுத்துச் சொன்னீங்களா?"

"எப்பவாவது நல்ல மூட்ல இருக்கும் போது சொல்லுவேன். நம்ம குழந்தை எதிர்காலத்த பாருங்க. எங்கயோ தூரத்திலிருந்து உங்களையே நம்பி வந்திருக்கேன், எனக்கு உங்களை விட்டா வேற யாரு இருக்காங்கன்னு சொல்லுவேன்... அன்னைக்கு நைட்டுதான் அடி கடுமையா இருக்கும். என்னை நம்பியாடி இருக்கே... பின்ன அவன்கூட எதுக்குடி அப்படிச் சிரிச்சுச் சிரிச்சு பேசினேனு பக்கத்து வீட்டுக்காரனோட சம்பந்தப்படுத்திப் பேசுவாரு"

"வேறெதாவது காரணம்...?"

"என்னோட அப்பா சுத்த கஞ்சப் பிசினாரினு சொல்லுவாரு... உன்னை வெச்சி காப்பாத்தணும்னு எனக்கு என்ன தலையெழுத்து... இந்தப் பொண்ணு எனக்குத்தான் பொறந்ததுதா... இப்படி அந்தந்த நேரத்துக்கு ஏதாவது ஸ்பெஷலா அவருக்குக் காரணம் கிடைக்கும்...."

"ஏய்... நான் ஓரமாத்தான் நிக்கிறேன்... நீ பாத்துப் போய்யா"

"என்ன ஸார்... நான் வேணா அப்புறம் பேசட்டுமா?"

"போய்ட்டான். யாராவது நிம்மதியா ஒரு ஓரமா இருந்தா சிலருக்குப் பிடிக்காது. அவனை வம்புக்கு இழுப்பாங்க... இவன் மட்டும் எந்தப் பிரச்சினையும் இல்லாம இப்படி போன் பேசிக்கிட்டு இருக்கானேனு... உங்க வீட்டுக்காருக்கும் இந்த மாதிரிதான் ஏதோ மனப் பிரச்சினை... டாக்டர்கிட்ட கூட்டிட்டுப் போய் காட்டுங்களேன்"

"என்னையாடி பைத்தியம்னு சொன்னேனு கலாட்டாவாகிடும் ஸார்"

"அவங்க அப்பா அம்மாவுக்கு விளக்கமா ஒரு லெட்டர் எழுதுங்களேன்"

"இவரோட தங்கச்சி கல்யாணத்துக்குப் பணம் தராததுக்கே நான்தான் காரணம்னு நினைக்கிறாங்க... இவரு குடிச்சுட்டு கூத்தடிக்கறதுக்கு நான் மாட்டிக்கிட்டது அவருக்கும் வசதியா போச்சு. ஆமாம்மா இவ சரியில்லைனு என்னைக் காட்டி விட்டுட்டாரு."

"அந்த விளக்கத்தையும் சேர்த்து எழுதுங்க"

"இல்ல ஸார்... அவங்க நீங்க நினைக்கிற மாதிரி இல்ல. சொல்லப் போனா இவர் எவ்வளவோ பரவால்ல அவங்களைவிட"

"இருக்கிற எல்லா வழியும் அடைச்சுட்டீங்க... சாகற வரைக்கும்

சமாளிச்சுதான் ஆகணும்."

"யார் கிட்டயும் பேசக்கூடாது..ன்னார். பேசறதை நிறுத்திட்டேன். ஜன்னல்ல நின்னு பார்க்கக் கூடாதுன்னார் பார்க்கறதை நிறுத்திட்டேன். டி.வி. பார்த்தா தப்பு, புத்தகம் படிச்சா தப்பு... இதெல்லாம் பார்த்துதான் இப்படி ரைட்ஸ் பேசறேனு சண்டை... அதையும் நிறுத்தியாச்சு. குழந்தை அழுதா தப்பு. சைட் டிஷ் சரியா இல்லைனா அடி. ஷூவுக்கு பாலிஸ் சரியா இல்லைனு உதை... போதும் சார், சமாளிச்சது.."

"அழாதீங்க... மனசைத் தளரவிட்டுடாதீங்க... குழந்தை முகத்தைப் பாருங்க..."

"ஏதோ போதைல புலம்புறாரு... "

"அய்யோ முழிச்சுக்கப் போறாரு..."

"அரை டம்ளர் சாப்பிட்டவளே இப்படித் தள்ளாடிக்கிட்டு இருக்கேன். ஃபுல் பாட்டில் சாப்பிட்டுட்டு கவுந்து கிடக்கிறாரு..."

"சரி போய் படுங்க..."

"............."

"சார் நீங்க பேசுங்க.... பால்கனி வழியா ஒரு பட்டாம்பூச்சி வந்து என் கையில உட்கார்ந்திருக்கு... அதனாலதான் அசையாம மெதுவா பேசறேன்... இந்த ராத்திரியில என்னை மாதிரி வழி தவறிப்போய் வந்திருக்கு. புதுச்சேரில இருந்தப்ப பயாலஜி ப்ராக்டிகலுக்காகப் பட்டாம்பூச்சி பிடிச்சது ஞாபகம் வருது. ஒவ்வொண்ணையும் அட்டையில் குண்டூசி குத்தி இம்சை படுத்தினேன். இப்ப என் வீட்டுக்கார் என்னைப் பண்றா மாதிரி..."

"சரி... நீங்க போய் தூங்குங்க..."

"போங்க சார் பறந்துடுச்சு... ஒருமுறை எபெல் டவர்ல டின்னர் சாப்பிட அழைச்சுட்டுப் போனார். பாதியில சண்டை. என்னை அங்கயே விட்டுட்டு சர்ருனு காரெடுத்துக்கிட்டுப் போய்ட்டார். கையில காசும் இல்ல. வழியும் தெரியாது. நிலைமையை எடுத்துச் சொன்னேன். ஹோட்டல் ஆர்டரர் பரிதாபப்பட்டு சாப்பிட்ட பில்லையும் கொடுத்து டாக்ஸி பிடிச்சு வீட்டுக்கு அனுப்பி வெச்சான்... கொஞ்சநாள் எனக்கும் அவனுக்கும் முடிச்சுப் போட்டு சித்ரவதை ஓடுச்சு. ஸார் பத்தினினா என்ன ஸார்...?"

".... விடு வினோ... எப்படியாவது இங்க புறப்பட்டு வந்துடு... அதுக்கு வழி இருக்கா பாரு."

"எதுக்கு பொண்டாட்டிகளுக்கு இந்த மாதிரி கட்டுப்பாடு?"

"தன்னுடைய சொத்தைத் தனக்குப் பிறந்த குழந்தைதான்

அனுபவிக்கணும் மனுஷனுடைய சுயநல வெறி... ஏக்கம்... ஆசை... பொண்டாட்டி வேற ஒருத்தன் குழந்தையைச் சுமந்துடக் கூடாதுனு இப்படிக் கற்பு... ஒழுக்க நெறி... நளாயினி... சீதை... ராமன்கூட சந்தேகப்பட்டு நெருப்பில இறக்கிவிடலையா?"

"சந்தேகம் ஊருக்கு வந்தது... அவருக்கு வரலை. சந்தேகத்தைத் தீர்த்து வைக்கறதுக்காகத்தான் அப்படிச் செஞ்சார்னு சொல்லுவாங்க"

"அதான் சொல்றேன்... பல்லாயிரக்கணக்கான ஆண்டு பிரச்சினை இது... மனசைத் தளரவிட்டுடாதீங்க... இங்க எப்படியாவது திரும்பி வந்துடுங்க"

"குடி போதைல நல்லா தூங்கிக்கிட்டிருக்காரு... எங்களுடையது பதினாலாவது மாடி ஸார்.... இங்கிருந்து பார்த்தா பொம்மைகார் மாதிரிதான் தெரியுது எல்லாமே... விழுந்தா எலும்புகூட தேறாது..."

"ப்ளீஸ் ... போய் படுத்து தூங்குங்கனு சொல்றேன் இல்ல..."

"சரியான இருட்டு... பாரீஸே தூங்கிக்கிட்டு இருக்கு. எது நடந்தாலும் காலைலதான் தெரியும்."

"வினோ... என் மேல வெச்சிருக்கிற மரியாதை உண்மைனா உள்ள போங்க. பெசாம படுத்துத் தூங்குங்க. நான் இங்க இருந்து ஏதாவது முயற்சி எடுத்து உங்களைக் காப்பாத்த பாக்றேன்... அவசரப்பட்டு எதுவும் செஞ்சுக்காதீங்க"

"ஸார் நீங்கதானே சொன்னீங்க... சாகறவரைக்கும் சமாளிச்சுத்தான் ஆகணும்னு... சமாளிக்க முடியாத நிலை வந்தாச்சு... அப்ப நான் என்ன பண்ணனும்?"

"அய்யோ நான் வேற அர்த்தத்தில சொன்னேன்...."

"ஆம்பளைங்க அர்த்தமும் பொம்பளைங்க அர்த்தமும் வேற ஸார்..."

"தயவு செய்து புரிஞ்சுக்க..."

"இனிமே புரிஞ்சுக்க ஒண்ணும் இல்ல ஸார்... "

"ஐயோ ப்ளீஸ்... சொன்னா கேளு"

ஒரு மணி நேரமா பாக்றேன்... யார் கிட்டயா பேசிக் கிட்டிருக்கே... போலீஸ் கூப்பட்றதுகூட தெரியாம?"

"ஸார் நல்ல நேரத்தில வந்தீங்க. ஒரு பொண்ணு தற்கொலைக்கு முயற்சி பண்ணிகிட்டு இருக்கா... எப்படியாவது காப்பாத்துங்க ஸார்..."

"போலீஸா இருந்தாலும் போன்ல எப்படியா காப்பத்தறது?

ஹலோ... ஹலோ... யாரும் பேசலையே... தடக் புடக்னு ஏதோ சத்தம் கேட்குது... நாற்காலிய நகத்ற மாதிரி..."

"அதான் ஸார்... பதினாலாவது மாடியில இருந்து கீழே குதிக்க நாற்காலிய நகத்றா..."

"வீடு எங்க?"

"பாரீஸ்ல"

"பூக்கடை போலீஸுக்குச் சொல்றேன்..."

"ஸார் இந்த பாரீஸ் இல்ல.. ப்ரான்ஸ்..."

"ப்ரான்ஸா? ஹலோ... ஹலோ யாரும் பேசலையே.... ஏதோ பொம்பளை குரல் கேட்குது... இரு... இரு"

"ஸார்... சாகறவரைக்கும் பிரச்சினை தீராதுனு சொன்னீங்க... நீங்க சொன்னதோட அர்த்தம் புரிஞ்சுது... என்னோட புருஷனைத் தூக்கி மாடியில இருந்து கீழ போட்டுட்டேன். ஸார்.. ஸார்... கேட்குதா?"

மாந்தன் ஆண்டு மலர் – 2008

கற்றதனால்...

"**அ**ப்புறம்" என்றேன்.

"அட, எல்லாத்தையும் விளாவாரியாச் சொல்லணும் உனக்கு... அப்புறம் அவ்வளவுதான்" என்றான் சிதம்பரம்.

"அடச்சீ... அப்புறம் இன்னா ஆச்சு சொல்லுடா?"

அர்த்தமாய் என்னைக் கூர்ந்துவிட்டு "பீடிக்கு ஒரு ரூபா தர்றியா" என்றான்.

"ம்..."

சிதம்பரம் சுற்றிலும் ஒரு நோட்டம் பார்த்துக் கொண்டு, வடிகட்டிய குரலில், "நைட் ஒம்போது மணிக்கு அவன் வாழைத் தோப்புக்கா போறதைப் பார்த்தேன். கொஞ்ச நேரங்கழிச்சு அந்தப் பொண்ணு..."

"நைட்ல்யா?"

"பகல்லகூடத்தான் நடக்குது. அதுக்கு வேற இடம் இருக்குது."

"அது எங்கடா?"

"இன்னா நீ...? நானும் வந்ததில இருந்து பாக்றேன். கிளறிக்கினே இருக்கியே. பட்டணத்தில் நீ பாக்காத ஆளா?"

பட்டணத்தில் பார்க்கத்தான் முடியும். பத்து பேராய்ச் சேர்ந்து நின்று கொண்டு போகிற, வருகிற பெண்களுக்கு மார்க் போடமுடியும். கவலையே இல்லாமல் தொளதொளவென்று பனியன் போட்டுக் கொண்டு ஆறடி உயரத்தில் செவேல் என்று போய்க் கொண்டிருக்கும் மேற்கத்திய பெண்கள் தாராளமாய் எண்பது, தொண்ணூறுரென்று மார்க் வாங்கியிருக்கிறார்கள். இந்தியப் பிரஜைகள் எங்களின் அளவு கோலில் ஐம்பதைத் தாண்டியதில்லை.

பஸ்ஸில் அவசரத்தில் இடித்துவிட்டதாகப் பாசாங்கு செய்வோம். ஹாஸ்டலில் நடிகைகளின் படங்களை ஒட்டி வைப்போம்.

எனது சர்வீஸில் வேறு ஒன்றும் முடிந்ததில்லை. முடிய வைக்கத் தைரியமில்லை.

"பட்டணத்தில் இந்த அளவுக்கு முடியாதுடா... சரி சொல்லு" என்றேன்.

"காது குத்தறியே..? சரி துட்டு குடு. நிறைய வேல நடக்குது பழனிக்கிட்ட சொல்லு நாளலர்ந்து மாட்டுக்கு நா தண்ணி காட்ட மாட்டேன். கதயா இருக்குதே? மாட்டைப் புடிச்சிக்கட்டிட்டுப் போய்க்கினேகிறாரு ஐயா... மாட்டுக்காரன்தானே மாட்டுக்குத் தண்ணி காட்டணும்?"

"பழனிக்கிட்ட சொல்றேன்... அப்புறம்?"

"என்னது அப்புறம்? உனக்கு வேற வேல கிடையாது. மாட்டுக்குத் தவுடு வெக்கணும்... ஐய துட்டு குடு.. நாளிக்குச் சொல்றேன்" என்றான்.

சிதம்பரம் சுவாரஸ்யம் இழந்துவிட்டான். இனி சொல்ல மாட்டான். சமயத்தில் அப்படி லேசாக உலுக்கினால் போதும் கதையாகக் கொட்டுவான். ஐம்பது வயசு ஆறுமுக நாயகரிலிருந்து

பதினைஞ்சு வயது குமார் வரைக்கும் சொல்லுவான்.

அவனை அனுப்பினேன்.

மணி மூன்றிருக்கும். மேகத்தின் அடர்த்தியால் ஆறு மணி மாதிரி இருந்தது. உடம்பு சூடாக இருந்தது. கிளைமேட் காரணமாகவா சிதம்பரம் சொன்னா சாமாச்சாரங்கள் காரணமாகவா தெரியவில்லை.

பம்ப்-செட்டிலிருந்து வெளியே வந்து சிறுநீர் கழிந்துவிட்டு சுற்றிலும் பார்த்தேன். அரை கிலோ மீட்டர் சுற்றுப் பரப்புக்குப் பச்சை.

வரப்பில் நோக்கமில்லாமல் மெல்லச் சுற்றிக் கொண்டு வந்தபோது கொஞ்ச தூரத்தில் வளையல் சத்தம் கேட்டது. புல்லறுக்கும் சத்தம். எங்கிருந்து வருகிறதென்று கண்டுபிடிக்க முடிந்தது.

அவள் புல்லறுத்துக் கொண்டிருந்த வரப்பில் நானும் நடக்க ஆரம்பித்தேன். சிதம்பரம் சொன்ன கதைகள் என்னை முடுக்கி விட்டுக் கொண்டிருப்பதாக உணர முடிந்தது. இருந்தாலும் திரும்பிச் சென்று விட முடியவில்லை.

புல்லறுத்துக் கொண்டிருந்தவளின் பின்னால் போய்ச் சப்தமின்றி நின்றேன். என் முகம் சிவந்து போயிருப்பதைக் கண்ணாடி இல்லாமலேயே உணர முடிந்தது. லப்-டப் ஓசைதான் பிரதானமாக இருந்தது.

திடுக்கிட்டவள் மாதிரி திரும்பிப் பார்த்தாள். “அப்பப்பா... யாரோனு பயந்துட்டேன்” என்று ஒதுங்கி நின்றாள்.

“புல்லறுக்கிறியா?” என்றேன். எனக்குள்ளே வேறு எவனோ புகுந்துகொண்டு பேசுவது மாதிரி இருந்தது.

“பார்த்தா தெர்லயா?” என்று சிரித்து விட்டு மறுபடி அறுக்க ஆரம்பித்தாள்.

நானும் நடக்க ஆரம்பித்தேன். அவளை விட்டு விலக, நல்ல வாய்ப்பு நழுவி விட்டது மாதிரி இருந்தது. சட்டென்று திரும்பி அழைக்கலாமா என்றிருந்தது.

பம்ப்-செட்டில் யாருமில்லை. இனி யாரும் வருவதற்கும் இல்லை. இதெல்லாம் ஊரில் சகஜமாக நடக்கிறதென்று சிதம்பரம் உறுதியாகச் சொல்கிறான்.

ஒருமுறை கனைத்துக் கொண்டேன். எங்கே கூப்பிட்டு விடுவேனோவென்று எனக்கே பயமாக இருந்தது.

பயப்படாமல் கூப்பிட்டுக் பார்க்கலாமா? நீ கூடவா இப்படி? என்று அவள் கேட்டுவிட்டால்? ச்சே... அப்படியெல்லாம் கேட்பதற்கு அவளுக்குத் தெரியாது. ஊரில் யாரிடமாவது சொல்லி விடுவாளா?

எனக்கும் அவளுக்கும் இடைவெளி அதிகரித்துக் கொண்டிருந்தது. சட்டென்று கால்களை நிறுத்த முடியவில்லை. கால் ஒருபுறமும், மனசு மறுபுறமும் நடந்து கொண்டிருந்தது.

மழை சடசடவென்று தூற ஆரம்பித்தது. வேகமாக செட்டை நோக்கி ஓடினேன்... அதானே மழைக்கு ஒதுங்குவதற்கு இதை விட்டால் வேறு எந்த இடம் இருக்கிறது? அவளும் இங்கு தான் வந்தாக வேண்டும்.

திரும்பிப் பார்த்தேன். அவளும் ஓடிவருவது தெரிந்தது. கயிற்றுக் கட்டிலில் உட்கார்ந்து ஆசுவாசப்படுத்திக் கொண்டேன்.

மழை பிடித்துக் கொண்டால் யாரும் வருவதற்கில்லை. திக்திக்கென்றிருந்தது.

இன்னும் சிறிது நேரத்தில் உள்ளே நுழைவாள். எப்படிப் பேச்சை ஆரம்பிக்க வேண்டும் என்று உடனே தயாரிக்க முடியவில்லை.

ஒரு பத்து ரூபாய்த்தாளை எடுத்துக் காட்டலாமா? வேறு நல்ல யோசனையாய்த் தோன்றவில்லை. நாகரிகமாய் ஏதாவது? இதில் நாகரிகம் என்ன வேண்டியிருக்கிறது?

காலேஜில் பெண்களை வசியம் பண்ண சில உத்திகளை கணேசன் சொல்லியிருக்கிறான். ஒன்றுமே ஞாபகத்துக்கு வரவில்லை.

யாரோனு பயந்திட்டேன் என்றாளே... அப்படியென்றால் நான் என்றால் பயப்பட மாட்டாளா? வரட்டும்...

மழை சோவென்று பொழிந்து கொண்டிருந்தது.

இன்னும் என்ன செய்றா?

மெல்ல வாசல் பக்கம் போய் எட்டிப் பார்த்தபோது தொப்பலாக நனைந்தபடி பக்கத்திலிருந்த மரத்தடியில் நின்றிருந்தாள். கை இரண்டையும் மார்புக்குக் குறுக்கே இறுக்கமாகக் கட்டிக்கொண்டு கால்களைச் சேர வைத்தபடி குளிரிக்கொண்டிருந்தாள்.

பதினேழு வயதிருந்தால் அதிகம். ஏன் இப்படித் தயங்குகிறாள் என்று தெரியவில்லை. நானும்தான்!

கட்டிலில் அமர்ந்து ஏதோ வார இதழை இப்படியும், அப்படியும் திருப்பினேன். மனது இன்னும் என்னிடம் வந்து சேரவில்லை.

புத்தகத்தைப் புரட்டுவதை நிறுத்திவிட்டுக் கூர்ந்து கவனித்தேன். சடசடவென்று சேறு தெறிக்க ஓடிவருகிற சத்தம் கேட்டது. எழுந்து நின்று கொண்டேன்.

"அப்பாடி" என்று ஓடிவந்து நின்றவர் முருகேச முதலியார். நல்லவேளையாகத் தப்பித்தேன்!

"இன்னாப்பா நீ மட்டுந்தான் இருக்கியா?" என்றார்.

"ஆமா"

"பட்டணத்துல படிச்சியே... அங்கேயே ஒரு வேலை பாத்து சேர்ந்துடக்கூடாது?... எங்க பொழைப்புதான் நாய்ப் பொழப்பா இருக்குது. மழைல மோட்டார் பத்திக்கப் போதுனு ஓடியாந்தேன்... நீயேன் நிறுத்தாத இருக்குறே... நிறுத்திடு" என்றார்.

நிறுத்தினேன்.

அவள் போய் விட்டிருப்பாளா?

"பி.ஏ... தானே?" என்றார்.

"ஆமா"

"வேலைக்கு 'டிரையல்' பண்ணியா?" என்றார்.

"ட்ரை பண்றேன்..."

"அப்பப்பா... இன்னா குளிரு" என்று வாசல் பக்கம் போய் நின்றவர், அது யாரு? நம்ம ஏழுமலை பொண்ணு இல்ல?"

அப்போதுதான் கவனித்தவன் மாதிரி பாவனை செய்தேன்.

"ஏம்மா மீனாட்சி..." என்று உரக்கக் கூப்பிட்டுவிட்டு, "இன்னாப்பா நீ? மழையில நனைஞ்சிங்கிடக்குது பேசாம இருந்திட்டியே?..." என்று என்னிடம் கேட்டார்.

மறுபடியும், அவள் பக்கம் திரும்பி, "உள்ள வாம்மா" என்றார் அவள் வருவது தெரிந்தது.

"அதுதான் படிக்காத பொண்ணு... நீ மட்டும் தனியா இருக்கிறேன்னு வெக்கப்படுது... படிச்சவன் உனுக்கின்னா வெட்கம்? உள்ள வந்து நில்லும்மானு சொல்றதானே?... இடி கிடி உழுந்தா என்னா ஆவறது?" என்றார் பதட்டமாய்.

"ஸாரி. நா கவனிக்கவே இல்ல" என்றேன்.

தாய் வார இதழ்– 1988

ஒரு தேர்தல்.. ஒரு பசு..

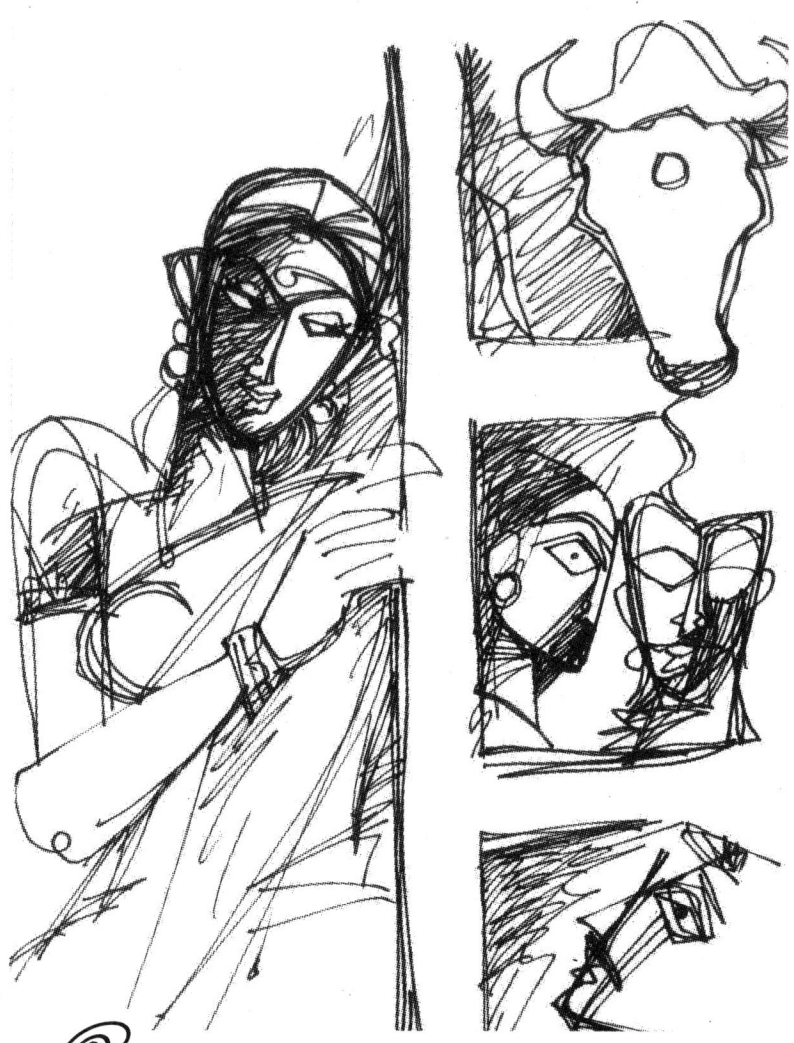

இரண்டு பின்னங்கால் மட்டும் வெளியே தெரிவதை நான்தான் முதலில் பார்த்தேன். பசு கன்று போடப் போவதை ஓடிப்போய் தங்கச்சி வீட்டுக்காரரிடம் சொன்னேன்.

கொஞ்ச நேரத்தில் விஷயம் வீடு முழுவதும் பரவி, ஓடி வந்து பசு

கன்று போடப் போவதை வேடிக்கைப் பார்த்தார்கள். தங்கையின் மாமியார், 'தலைச்சன் கன்னுனா கொஞ்சம் கஷ்டமாத்தான் இருக்கும்' என்று ஆசுவாசமாகப் புறப்பட்டு வந்தாள்.

அதற்குள் அக்கம்பக்கத்துப் பசங்களெல்லாம் வந்து வேடிக்கை பார்க்கத் துவங்கியிருந்தார்கள். மாமியார்க்காரி முந்தானையை இழுத்துச் சொருகிக் கொண்டு பசங்களை விரட்டினாள். பசங்கள் சற்று தூரம் ஓடிப்போய் நின்று கொண்டு மறுபடியும் பார்த்தார்கள்.

"ஆம்பளைங்க கூடத்தான்... ஏன் இங்க நிக்கிறீங்க? வீட்டுக்குள்ள போங்க" என்றாள்.

"சரி, சுந்தரம் நீங்க வீட்டுக்குள்ள போங்க. நானும் சேர்மனும் இன்னைக்கு வேலூர் வரைக்கும் போறோம். நம்ம ஊருக்கு பஸ் வர்றதுக்காக ஏற்பாடு பண்றதுக்குத்தான்... நா வர்றவரைக்கும் இரு. போயிடாதே" என்றார்.

சுந்தரத்தோட தங்கை கல்யாணியைத்தான் முருகேசன் ஆறு மாதத்துக்கு முன்பு கல்யாணம் பண்ணினார். ஊர் பிரசிடென்ட் எலக்ஷனில் சுடச்சுட ஜெயித்திருக்கிறார். முருகேசன் கும்பிடுகிற மாதிரி படங்கள் இன்னும் சுவர்களில் வெளுத்துப் போய் இருக்கின்றன.

"ஊருக்கு பஸ் வருமா? எப்போ?" இவ்வளவு மகிழ்ச்சியாகச் சுந்தரம் கேட்டதற்குக் காரணம், இப்போதுகூட பத்து கிலோ மீட்டர் நடந்தேதான் வந்திருந்தார்.

"எல்லாம் உங்க தங்கச்சி வந்த ராசிதான்." முருகேசன் புன்சிரித்தார்.

"நீங்க பிரசிடென்டா ஆனதாலே இதெல்லாம் நடக்குது" என்றார் சுந்தரம். தம்மை இன்னும் கொஞ்சம் புகழ்வார் என்று முருகேசன் எதிர்பார்த்தார்.

சுந்தரம் அதற்குமேல் பாராட்டுவதாக இல்லை.

"சரி. எனக்கு டயம் ஆவுது. நா போயிட்டு வந்துட்றேன்" என்று முருகேசன் கிளம்பினார்.

கல்யாணி வந்து, "வாண்ணா சாப்பிடு" என்று அழைத்தாள்.

சுந்தரம் வீட்டுக்குள் நுழைவதற்கு முன்னால், பசுவைப் பார்த்தார். உட்கார்ந்து கொண்டிருந்த பசு எழுந்து நின்றது.

"அகைன்ஸ்ட்டா நின்னது யாரு?" இட்லி சாப்பிட்டுக்கொண்டே கேட்டார் சுந்தரம்.

"நம்ம முருகேஷுதான் ஜெயிச்சிது" மாமியார் லக்ஷ்மி பெருமிதப்பட்டாள்.

சுந்தரத்துக்குச் சங்கடமாகப் போய்விட்டது.

"அப்படியா...? ஆமா, எதிர்த்து நின்னது யாரு?" என்றார்.

அவ்வளவுதான். எப்படித்தான் அந்த அம்மாளின் முகத்தில் திடீரென்று அப்படி ஒரு விகாரம் ஏற்பட்டதோ தெரியவில்லை.

"அவன்தான்... சிங்காரம்" என்றாள்.

"நம்ம சிங்காரமா?"

"நம்ம சிங்காரம்... கழுதை.. ஜாதி புத்திய காமிச்சிடுச்சி பாத்தியா?" என்றாள்.

சிங்காரம் சேரியைச் சேர்ந்தவன். ஒன்றாவது முதல் பி.யு.சி வரை முருகேசனும், சிங்காரமும் ஒன்றாகவே படித்தார்கள். முருகேசனுடைய படிப்பு சம்பந்தமான அத்தனை சந்தேகங்களையும் சிங்காரத்திடம் தீர்த்துக் கொள்ள வேண்டியிருந்தது. அதற்குப் பிராய்ச்சித்தமாக அவ்வப்போது பீஸ்கட்டும் போதெல்லாம் சிங்காரத்துக்குக் கடனுதவி செய்ய வேண்டியிருந்தது.

படிப்பு முடிந்ததும் நட்பெல்லாம் முருகேசனுக்கு அவ்வளவாக அவசியம் இல்லாமல் போனது. அப்படியே பழக வேண்டும் என்று நினைத்தாலும் ஊர்க் கட்டுமானங்களை மீற வேண்டியிருந்தது.

ஊரைப் பகைத்துக் கொண்டு சிங்காரத்திடம் பேசி சாதிக்கப்போவது ஒன்றுமில்லை என்றும் முருகேசன் நினைத்தான். இவர்கள் பேசுவதைப் பார்த்துவிட்டு, 'என்னடா வேலை உனக்கு, அவன்கிட்ட?' என்று ஊர்ப் பெரியவர்கள் யாராவது கேட்டால், சிங்காரம் என்னோட ஃப்ரண்ட் என்று சொல்வதற்குக் கூச்சமாக இருந்தது. 'சும்மாதான்... படிச்சிக்குனு இருந்தோம்' என்று எதையாவது சொல்லிச் சமாளித்து வந்தான்.

இந்த மாதிரி சமயத்தில்தான் ஊராட்சி மன்றத் தலைவர் தேர்தல் வந்தது.

பத்து மணிக்கு ஒருமுறை பசுவைப் போய்ப் பார்த்தார். இன்னமும் அப்படியேதான் இருந்தது. வெளியே தெரிந்த முன்னங்கால் குளம்புகள் லேசாக ஆடின.

செய்திகள் முந்தித் தருகிற ஒரே நாளிதழான அது இந்த ஊருக்குப் பதினொரு மணிக்கு வந்து சேர்ந்தது. சுந்தரம் செய்திகளைப் புரட்டினார். தமிழ்ச்சினிமா மாதிரி நான்கு கொலை, இரண்டு கற்பழிப்பு, ஒரு எம்.எல்.ஏ. ஊழல்.... அதற்குள் மதியச் சாப்பாடு, சாப்பிட்டுவிட்டு தனியாக மாடியில் போய்ப் படுத்தபோது, கல்யாணி ஒரு தம்ளர் மோர் கொண்டு வந்து கொடுத்துவிட்டு மிகவும் ரகசியமாக அவளுடைய நாத்தனார் எப்படிக் கொடுமைப்படுத்துகிறாள் என்று விளக்கினாள்.

கொஞ்ச நாளானால் சரியாகிவிடுவாள். நாமொன்றும் செய்வதற்கில்லை என்று நினைத்துக்கொண்டே உறங்கிப் போனார்.

நான்கு மணிக்கு எழுப்பி காபி கொடுத்தார்கள். (மண்ணெண்ணெய் வாசனை) முருகேசன் வரவில்லை என்று தெரிந்தது. இனி பொறுப்பதில்லை என்று ஊருக்குக் கிளம்ப ஆரம்பித்தார்.

கல்யாணி தனியாக வந்து அம்மாவை ஒருமுறை வரச் சொன்னாள். நாத்தனார் கொடுமைகளை அம்மாவிடம் சொன்னால் நல்ல விளைவுகள் ஏற்படும் என்று நம்பினாள்.

"முருகேசன் வர்ற வரைக்கும் இரேம்பா" என்றாள் லக்ஷ்மி.

"அவசரமா வேலை... இன்னொருமுறை வந்து..." என்று சொல்லிக்கொண்டே வந்துபோது... அந்தப் பசு.

காலையில் பார்த்த அதே மாதிரியே அவஸ்தைப்பட்டுக் கொண்டிருந்தது.

"இன்னுமா போடலை?"

பசங்கள் யாரும் காணவில்லை. வெறுப்படைந்து போய்விட்டிருக்கிறார்கள்.

"இது கிடேரி பசு... அதான் கஷ்டப்படுது" என்றாள் லக்ஷ்மி.

"கிடேரின்னா?"

"அப்படின்னா இதான் பர்ஸ்ட்டு கன்னு போடுதுன்னு அர்த்தம்."

தூண் மறைவிலிருந்து கல்யாணியின் நாத்தி சொன்னாள். அவளுக்கும் சுந்தரத்துக்கும் திருமணம் செய்துவிட வேண்டும் என்றும் ஒரு பேச்சுவார்த்தை நடந்தது. என்ன ஆயிற்றோ தெரியவில்லை.

"இப்ப என்னா பண்றது?" என்றார் சுந்தரம்.

"டேன்ஜர்-தான்" என்றாள் மறுபடியும் அவள். 'எது எடுத்தாலும் ஒரு ரூபா' மாதிரி கட்டையான குரல். எதற்காகவோ அவளுக்கு மணிமொழி என்று பெயர் வைத்திருக்கிறார்கள்.

பக்கத்தில் எங்காவது வெர்ட்டினரி ஹாஸ்பிடல் இருக்கிறதா என்று தெரியவில்லை.

"கன்னு உள்ளயே செத்துடுச்சி போல இருக்குது" லஷ்மியம்மாள் மேலும் பயமுறுத்தினாள்.

யோசிக்க யோசிக்கப் பசுவுக்குக் கஷ்டம் அதிகரித்துக் கொண்டிருக்கிறது என்று உணர்ந்தார் சுந்தரம்.

"மாட்டாஸ்பித்திரி பக்கத்தில் எங்கயாவது இருக்குமா?"

மறுபடியும் மணிமொழிதான் "ம்" என்றாள்.

"எங்கே?" என்ற சுந்தரம் பதட்டத்துடன் கேட்கவும், அவள் வெட்கப்பட்டுக் கொண்டு உள்ளே ஓடினாள். அவள் அம்மா உள்ளே

போய் விசாரித்துக் கொண்டு வந்து, "சோழவரத்தில் இருக்குதாம்பா... இப்ப டயமாயிடுச்சே, போறதுக்குள்ள மூடிடுவான்" என்றாள்.

"பின்னே எப்படி?"- 'இவ்வளவு நேரம் என்ன செய்தீர்கள் முண்டங்களே?' என்று கேட்பதற்குப் பதில் இப்படிக் கேட்டார்.

"... மாட்டு வைத்தியமெல்லாம் அவன்தான் செய்வான்" என்று மெதுவாக முணகினாள்.

"யாரு?"

"யாரு.... அந்த நாகன்தான்"

"எங்க இருக்கு அவர் வீடு?"

"அட வேணாம்ப்பா அவன் வரமாட்டான்"

"பரவால்ல சொல்லுங்க"

"இனிமே என் வீட்டுப் பக்கமே வராதடான்னு நாக்க பிடுங்கிக்கினு சாகற மாதிரி கேட்டுட்டேன். அவன் வர மாட்டான்"

"எதுக்கும் நா கூப்பிட்டுப் பாக்கறேன்"

"நம்ம சிங்காரத்தோட அப்பன்தான்" என்றாள்.

சிங்காரத்தின் வீட்டுக்கு நான் போயிருக்கிறேன். சேரியில் நுழைந்ததும் ஐந்தாவது வீடோ? ஆறோ?

ஆறுதான். நல்லவேளை நாகன் வீட்டில் இருந்தார்.

"வாப்பா, வாப்பா" என்று பதறி எழுந்து திண்ணையைத் துடைத்து உட்கார வைத்தார்.

"நாங்க இன்னாப்பா பாவம் பண்ணோம்? எங்களை இந்தப் பேச்சு பேசிப்புட்டாங்களே" என்றார்.

"சிங்காரம் இல்லையா?"

"இப்போ அம்பத்தூர்ல வேலை செய்றான்" என்றார்.

"மாடு ஒண்ணு கன்னு போட முடியாம அவஸ்தை படுது... நீங்க கொஞ்சம் வந்து பாருங்க" என்றார் சுந்தரம்.

"பாத்தாப் போச்சு... நம்மகிட்ட இன்னா இருக்குது? நம்ம முருகேஸு எல்கஷ்ன்ல நிக்குதுனு தெரிஞ்சிருந்தா நாங்க ஏம்பா நிக்கப் போறோம்? பர்ஸ்ட்டு சாமிப்பிள்ளைதான் நிக்கறதா சொன்னாங்க. உனக்குத் தெரியாதா அவரப்பத்தி? ஆளு பணம்னா கொலைகூடப் பண்ணுவாரு"

"முருகேஸும் நா நிக்க மாட்டேன்னு சொல்லிடுச்சி. சரிதான்னு சேரில இருக்கவங்கெல்லாம் ஒண்ணா சேந்து சிங்காரத்தை நிக்கச் சொன்னாங்க... அப்புறம் பாத்தா முருகேஸு எதிர்த்து நிக்குது... இன்னா... பண்றது? போஸ்டர்லாம் அடிச்சாச்சி. போனா போது... வாபஸ் பண்ணிலாம்னு பாத்தா சேரி ஆளுங்கவுடலை.... ஊரைவிட

சேரிலதான் ஜனம் தாஸ்தி அந்தத் தைரியம்...."

"அந்தக் கதையெல்லாம் அப்புறம் பேசிக்கலாம். சீக்கிரம் வாங்க காலைல இருந்து..."

"சரி சரி" என்று எழுந்து வெளியே வந்தார்.

"நாங்க உங்க உப்பத் தின்னு வளர்ந்தவங்க... உங்களுக்குக் கேடு நினைப்பமா? யாரோ முருகேஸைக் கெடுத்துட்டாங்கப்பா. அதுவே வூட்டுக்கு வந்து ஜாதி, சீதில்லாம் பாக்காம மோர் இருந்தா எடுத்தான்னு கேட்குமே..." என்று நொந்து கொண்டே நடந்தார்.

"யாரும் கெடுக்கலை முருகேசன் சரியாயிடுவான்" என்றார் சுந்தரம்.

"எலக்ஷன் நெருங்க, நெருங்க சேரி ஆளுங்களுக்கெல்லாம் சாராயம் வாங்கியாந்து ஊத்திக்கினு பொம்பளைங்களுக்கு ஜாக்கெட் துண்டு வாங்கியாந்து குடுத்து... ம்... வாபஸ் பண்றதுக்கும் முடியாம போச்சி. நேரா முருகேஸுகிட்ட போய், நாங்களும் உனக்கே பிரச்சாரம் பண்றோம்னு சொன்னோம். 'ஏன்டா... தோத்தறப் போறோம்னு பயந்துட்டியா?'னு கேட்குதுப்பா" கண்களைத் துடைத்துக் கொண்டார்.

வீடு நெருங்கியதும், "ஒரு நாலணாவுக்கு விளக்கெண்ணெய் வாங்கியாறச் சொல்லு. ஒரு தாம்புக்கயிறு இருந்தா எடுத்துக்குனு வா..." துண்டை எடுத்து இடுப்பில் கட்டிக் கொண்டு துரிதகதியில் இயங்கினார்.

பசுவின் பின்கால், முன் கால் இரண்டையும் கயிற்றில் இறுக்கிக் கட்டி மெதுவாகப் பசுவைக் கீழே தள்ளினார். விளக்கெண்ணெய்யை எடுத்து கன்று சுலபமாக வெளியே வருவதற்காகத் துவாரத்தில் நன்றாகப் பூசினார்.

"பொன்னியம்மா நல்லபடியா ஆயிட்டா கற்பூரம் கொளுத்தரண்டி" என்று வேண்டிக்கொண்டார். கையை உள்ளே நுழைத்து... ப்பா... சுந்தரத்துக்கு உடம்பெல்லாம் தகித்து வியர்வை கொட்டியது. பசுவின் கழுத்தைப் பலமாகப் பற்றிக் கொண்டிருப்பது சுந்தரத்தின் வேலை.

கன்றின் தலையை வெளியே இழுத்தாகிவிட்டது. கன்று சப்புக்கொட்டியது.

"கன்னுக்கு உயிரு இருக்குதுப்பா. நல்லபடியா முடிஞ்சுது..." வெளியே இழுத்து அதன் நாக்கை நீரால் நனைத்தார். ஆண் மகவு.

பசுவை அவிழ்த்து விட்டதும் துள்ளியெழுந்து கன்றை நக்க ஆரம்பித்தது. நாகனிடம் யாரும் பேசவில்லை.

"ஏம்மா, மூத்திரப்பை விழுந்ததும் பின்னால கொஞ்சம் சுடு தண்ணி

ஊத்துங்கோ" என்றார்.

பத்து ரூபாய் எடுத்துக் கொடுத்தார் சுந்தரம்.

"என்னங்க இது... ச்சும்" என்று மறுத்தார். "ஊருக்கு வரும்போது வந்து பாருப்பா" என்றார்.

போய்விட்டார்.

சுந்தரத்துக்கும் நேரமாகிவிட்டது. அவசர அவசரமாகக் கிளம்பி தெருப்பக்கம் வந்து வேகமாக நடந்தபோது சண்முக நாடார் கடையில்,

"நாலணாவுக்குக் கற்பூரம் குடு நாட்டாரே" என்று நாகன் சந்தோஷமாகக் கேட்டது சுந்தரத்தின் காதில் விழுந்தது.

அமரர் கல்கி நினைவு சிறுகதைப் போட்டி— 1985

தேடல்

கிழவி அநாவசியத்துக்குப் பயந்தாள். நகரத்தின் வேகம் அவளை மூச்சுத் திணற வைத்தது. அந்த இடத்தில் இவ்வளவு நெரிசலையும் வாகனங்களின் அடர்த்தியையும் அவள் எதிர்பார்க் கவில்லை.

குருவியூர் நகரத்தைப் பற்றி சமீபத்தில் தான் குப்பம்மா மூலம் கேள்விப்பட்டிருந்தாள்.

“ஏண்டியம்மா உம்புள்ள அங்கதான் காய்கறிக் கடை வெச்சிருக்கான்... என்னடா எப்படியிருக்கேன்னு விசாரிக்கலாம்னு பார்த்தா அதுக்குள்ளே டபாஞ்சிட்டான்”

கிழவிக்கு ஜெயராமனை நேரிலேயே பார்த்துவிட்டது போல் இருந்தது. “நெசமாவா?” என்றாள்.

“ஐய... உங்கிட்ட பொய் சொல்லித்தான் மெத்த வூடு கட்டப்போறேன்... மெய்தான்றேன்...”

“எங்க இருக்குது அந்தக் குருவியூரு?” என்று விசாரித்தாள் கிழவி.

குப்பம்மாள் வழித்தடம், இறங்க வேண்டிய ஸ்டாப்பிங் எல்லாவற்றையும் அக்கறையாகச் சொல்லி பஸ் ஸ்டாண்ட் வரை வந்து வழியனுப்பியும் வைத்தாள்.

பஸ்ஸை விட்டு இறங்கியதும் நகரத்து நெரிசலைப் பார்த்து மிகவும் குழம்பிப் போனாள். யாரை, எப்படி விசாரிப்பது என்று புரியாமல் இரண்டு முறை குடுமியை அவிழ்த்து முடிந்து கொண்டு பிரமித்து நின்றாள். முதல் அடியை எந்தத் திசை நோக்கி வைக்கலாம் என்பது அவளுக்குப் புரியவில்லை.

வாகனங்களின் புயல் வேகங்களுக்குப் பயந்து பின் வாங்கி, ஒரு டீக்கடை ஓரம் அடித்துச் செல்லப்பட்டாள். அங்கே அனல் பறக்க டீ குடித்துக் கொண்டிருந்தவனை விவரம் கேட்க எத்தனித்தாள்.

அவன் ஒரே வாயாக டீயைச் சாய்த்துக் கொண்டு, “சில்ற இல்ல...” என்று சொல்லிவிட்டு, வேகமாக ஒரு பஸ்ஸை நோக்கி ஓடினான்.

கிழவிக்கு அவன் சொன்னது கொஞ்ச நேரத்துக்குப் புரியவே இல்லை.

‘ஜெயராமா நா உனக்கு என்ன பாவம்டா செஞ்சேன்.... ’என்று ஹீனமாக முனகிக் கொண்டு ஏதோ தீர்மானத்தோடு நடக்க ஆரம்பித்தாள்.

காலும், கண்ணும் துவண்டு போகும் வரை நடந்தாள். அவளுக்கு எல்லாமே ஜெயராமனாகத் தெரிந்தது. சிலரைச் சற்றே திடுக்கிட்டு ‘டேய்’ என்று கூப்பிட்டு விடும் கடைசித் தருணத்தில் சுதாரித்தாள். அவர்களெல்லாம் ஜெயராமன்கள் இல்லை.

பசி மயக்கம் கீழே தள்ளப் பார்த்தது. இருக்கிற கொஞ்சம் சில்லறையில் எதையாவது வாங்கிச் சாப்பிடத் துணிவில்லை.

சாப்பிடலாமா? வேண்டாமா? என்று யோசித்து யோசித்தே சோர்ந்து போனாள்.

சுருண்டு, ஒரு இடத்தில் உட்கார்ந்தே விட்டாள். உச்சி வெய்யில் பிளந்தது. காலையில் ஒரு வாய் கூழாவது குடித்திருந்தால் அவளால் சமாளித்திருக்க முடியும்.

மரத்து நிழலில் அரைமணி நேரம் உட்கார்ந்ததில் கொஞ்சம் சாப்பிட்ட திருப்தி.

புடவையிலிருந்த கிழிசலைப் பார்த்து அலுத்துக் கொண்டு, கிழிந்த இரு பகுதியையும் சேர்த்து முடிப் போட்டுக் கொண்டாள். இந்தக் கோலத்தில் பையன் நம்மைப் பார்த்தால் துடித்துப் போய் விடுவான்.

'தேய்... கட்டிக்கிறதுக்கு வேற புடவையே கிடைக்கலையா உனக்கு?'

'நீ போயிட்டதுக்கப்புறம் நெலம ரொம்ப மோசமாயிடுச்சு நைனா'

'இந்தப் புடவை புடிச்சிருக்குதா பாரு'

'ம்...'

'இந்த டிசைன்ல ரெண்டு புடவ குடுப்பா'

மரத்தின் நிழல் நழுவி வேறு பக்கம் போயிருந்தது.

கிழவி மீது வெயில்... கண்ணைக் கசக்கிக் கொண்டு எழுந்தாள்.

ஜெயராமனைப் பார்த்துவிட்டால் நமக்கு ஒரு குறைவும் இல்லை. அந்தச் சிறுக்கியும் கூடதான் இருப்பாள்.... அவளாலதான் எல்லாமே... அடியோட மாத்திப்புட்டா... ச்ஸு"

எழுந்து பக்கத்திலிருந்த டீக்கடைக்குப் போய், "பன்னு ஒண்ணு குடுக்குறியாப்பா?" என்றாள்.

"போ...போ... வேற வேலையில்ல" என்று விரட்டினான் கடைக்காரன்.

அவன் தவறாகப் புரிந்து கொண்டதை உணர்ந்து, அவசரமாக, 'துட்டு இருக்குதுப்பா' என்று முந்தானை முடிச்சை அவிழ்த்தாள்.

கடைக்காரன் ஒரு மாதிரியாக ஏறிட்டுப் பார்த்துவிட்டு, பெரிய கண்ணாடி புட்டியைத் திறந்து பன்-ஐ எடுத்த போது அதிலிருந்து ஈயொன்று அவசரமாகத் தப்பியது.

ஞாபகமாகப் பன்னீர்ப் புகையிலை வாங்கி கடைவாய்ப் பற்களில் இடுக்கிக் கொண்டாள். அதுதான் வைத்தியம். பசிக்கிறதே என்று அடிக்கடி பன் சாப்பிட முடியுமா?

கிழவி புதுத் தெம்புடன் தேட ஆரம்பித்தாள். லாரிகள் ஏடாகூடமாக நிறுத்தி வைக்கப்பட்டிருந்த இடத்தில் தயங்கி நின்றாள். ஜெயராமன் இங்குதான் எங்கோ ஒளிந்திருப்பதாக நினைத்து லாரிகளுக்கு இடையில் கூர்மையாகத் தேடினாள். லாரி எடை தளத்தில் நின்று கிழநரி மாதிரி சுற்றிலும் பார்த்தாள்.

கண்ணாடி அறையில் இருந்து ஒருவன் அதட்டினான். “ஏய்... கெழவி... இன்னா? உன்னை எடை போடணுமா?” என்றான்.

கிழவிக்கு ஒன்றும் புரியவில்லை. “எம்புள்ள ஜெயராமன ஒரு மாசமா காணலப்பா...” என்றாள்.

ஒரு கிளீனர் பையன் ஆவேசமாக வெளியே வந்து, “இது நாப்பது டன் எடை போடற மிஷின்... கொஞ்ச தூரம் போனா நடராஜா தியேட்டர் வரும். அங்கே போய் நாலணா போட்டு உன் எடையைக் கண்டுக்கலாம்...” என்று சொல்லிவிட்டு ஓஹோவென்று சிரித்தான்.

கிழவி பதிலுக்கு, “காய்கறிக்கடை வெச்சிருக்கான் தம்பி... ஜெயராமன்னு பேரு...” என்றாள்.

“த்தேய்... போன்னா போவியா, உன்னை மாதிரி ஒரு நாளைக்கு ஆயிரம் பேர் பார்க்கறேன்... பிச்சை எடுக்கறதுல இதுலாம் ஒரு தினுசு” என்றபடி கிழவியைத் தரதரவென்று இழுத்து வந்து நடு ரோட்டில் தள்ளினான்.

ஆத்திரமும், இயலாமையும் சேர்ந்து கிழவி அழ ஆரம்பித்தாள். ரோட்டில் போய்க் கொண்டிருந்த ஒருவனை நிற்க வைத்து, “என்னைப் போய் பிச்சைக்காரினு சொல்றானுங்களே... அவனுக்கென்ன கண்ணு அவிஞ்சிப் போச்சா? எம் மூச்சியப் பாரு நா பிச்சைக்காரியா? என் காதைப் பாரு... ம் தெரிதில்லை...?” என்றாள்.

அவள் காதில் கம்மல் மாட்டும் இடத்தில் இருந்த பிரம்மாண்டமான துளையைப் பார்த்துவிட்டு, அவன் சற்றே திகைத்தாற்போல், “என்னது?” என்றான்.

“‘எங் காதைப் பார்த்தா தெரியலை? எவ்வளவு ஓட்டைக் கிடக்கு... கொப்பு போட்டிருந்தேன். நடுக்காது போட்டிருந்தேன். தண்டட்டி போட்டிருந்தேன். மூக்குல ரெண்டு பேஸ்ரி... எல்லாந்தா போட்டிருந்தேன். குடிகார ஆம்பளை எல்லாத்தையும் அழிச்சிட்டு சேர வேண்டிய எடத்துக்குப் போய் சேர்ந்துட்டான்’” என்றபடி ஒரு கட்டத்தில் அழ ஆரம்பிக்கவே, “எனக்கு டயமாச்சி” என்று அவளிடமிருந்து கையை உதறிக் கொண்டு நழுவினான் அவன். கிழவி சோர்ந்து போனாள். சூரியன் மேற்கில் சாயச் சாய நம்பிக்கை இழக்க ஆரம்பித்தாள். அதிகம் ஜனத் தொல்லையற்ற மரத்தோரமாகச் சுருண்டு படுத்தாள்.

கத்தரிக்காய் கூடையைத் தூக்கிக் கொண்டு, நடையில் கட்டுப்படாத ஒருவித மாரத்தான் ஓட்டத்தில் போய்க் கொண்டிருந்தான் ஜெயராமன். அவனை ஒட்டி கொஞ்சம் ஓட்டம், கொஞ்சம்

நடை என்று மாறி, மாறி வந்து கொண்டிருந்தாள் ராசாத்தி. ஜெயராமனை முதுகில் சீண்டி, "அங்க பாருங்க உங்கம்மா..." மரத்துப் பக்கம் கையைக் காட்டினாள்.

ஜெயராமன் வேகமாக ஓடிக் கொண்டிருந்தான். கவனிக்க வில்லையோ என்று இரண்டு தப்படி முன்னே ஓடிவந்து கணவனைச் சீண்டினாள்.

ஜெயராமன் திரும்பிப் பார்த்து "தெரியும்... பேசாம வா" என்றான்.

உதயம் வார இதழ்– 1989

அக்கா

மனசு கூடத் திரிந்து போய்விடுகிற அளவுக்குக் குப்பென்று அடிக்கிற புளித்த வீச்சத்தைத்தான் தாங்கிக் கொள்ள முடியவில்லை. வேலையில் சேர்ந்த அன்று பயங்கரமாக வாந்தி எடுத்தேன். முதலாளி கூப்பிட்டு “ஒத்துக்கலைனா வீட்டுக்குப் போயிருப்பா” என்றார்.

வாந்தி எடுத்ததற்காக வேலையிலிருந்து அனுப்பி விடுவார்களோ என்று பயமாக இருந்தது. என்னுடன் இன்னும் மூன்று பேர் அந்தச் சாராயக் கடையில் வேலை செய்து வந்தார்கள். அவர்கள் எல்லாம் இலவசமாகக் குடிக்க முடிவதையே ஒரு பாக்கியமாகக் கருதிக் கொண்டிருந்தார்கள். எனக்குத்தான் அந்தப் புளித்த நாற்றமே பெரிய போதையாகவும், தாள முடியாத தலைவலியாகவும் இருந்தது.

போதாத குறைக்கு 24 மணி நேரக் குடிகாரன் நாராயணன் வந்தால், சாராயத்தைவிட அதிகமாகவே நாற்றமடிப்பான்.

இன்னொரு சங்கடமும் உண்டு. எங்கப்பா வேலை செய்யறே? என்று யாராவது கேட்டுவிட்டால், இந்த எட்டாம் நம்பர் கடையை எடுத்துச் சொல்லி விளக்குவதற்குள் உடம்பும் உள்ளமும் தத்தளித்துப் போகும்.

அக்கா சாப்பாட்டுக் கூடையைத் தூக்கிக் கொண்டு ஓடுவதைப் பார்க்கையில் இது எவ்வளவோ மேல்தான். சின்ன வயசில் தனபாக்கியத்தோடு (அப்போதெல்லாம் பேர் சொல்லித்தான் கூப்பிடுவேன்) நானும் சாப்பாட்டுக் கூடை தூக்கிக் கொண்டு போயிருக்கிறேன்.

சாப்பாட்டுக் கூடை என்றால் பஸ்ஸில் ஏற்றிக் கொள்ள மாட்டார்கள். சந்தடிச் சாக்கில் ஏற்றிவிட்டாலும் விசலடித்துக் கீழே இறக்கி விடுவார்கள். அக்கா பல்லைக் காட்டி, அப்படி இப்படிச் சோக்கெல்லாம் காட்டி, பஸ் பிடிப்பாள். கண்டக்டர்களின் கிண்டல்களைச் சகித்துக் கொள்வாள்.

லேட் ஆனதால் ஆபீஸர்களிடம் திட்டு வாங்கி, அவர்கள் வைக்கிற மிச்ச மீதியைத் தின்று சே... எட்டாம் நம்பர் கடை கிட்டத்தட்ட கோயில். நாற்றம்தான் நகர வேதனையாக இருக்கிறது. மற்றபடி ஒரு டீக்கடையில் வேலை செய்வது மாதிரிதான்.

குடிகாரர்களைக் கிண்டல் செய்வது முதலாளிக்குப் பிடிக்காது. எவ்வளவு போதையில் இருந்தாலும், அவர்களிடம் மரியாதையாக நடந்து கொள்ள வேண்டும் என்று அடிக்கடி சொல்லுவார்.

இருந்தாலும் சிரிக்காமல் இருக்க முடிவதில்லை. போதை ஏற, ஏற அவர்கள் வேறொரு மனுசனாக மாறுவதைப் பார்த்து ஒரு புன்முறுவலாவது வராமல் போகாது. ஆறுமுகம் போதை ஏறிவிட்டால், ஏதோ சொல்லப் போவது போல் கையையும் காலையும் உதறிக் கொண்டே வந்து ஆள் காட்டி விரலை நீட்டி, சிறிது யோசனைக்குப் பிறகு 'பச்' என்று அலுத்துக் கொண்டு போய் விடுவான். அவனால் ஒரு வாக்கியம்கூட அமைக்க முடியாது. 'பச்'

என்பதைக் கூட ஏதோ ஏப்பம்போல விடுவான்.

அப்பா ஒரு தினசு. 'எங்கடா போனே?' என்று கேட்க ஆரம்பித்தாரானால், அதையே வெவ்வேறு வகையாகக் கேட்டு உயிரை வாங்கி விடுவார். அக்காதான் எப்படியோ சமாளித்துத் தூங்க வைக்கும்.

மில் சம்பளம் அவருக்குப் போதுவதில்லை. மாதா மாதம் லோன் போடுவார். எனக்கு டி.பி. என்று சொல்லி ஆஸ்பத்திரிக்கு அழைத்துப் போய்க் காண்பித்து லோன் வாங்கியிருக்கிறார். டி.பி.தான் என்று சர்டிபிகேட் கொடுக்கும் வரை என்னை இருமச் சொல்லிக் கொண்டிருந்தார். ஒன்றும் தெரியாத வயசு. அப்பா தன் முயற்சியில் வெற்றி பெற வேண்டும் என்பதுதான் என் நோக்கமாக இருந்தது. டி.பி.யா, அதைவிட மோசமான வியாதியா? என்று சந்தேகம் வரும் அளவுக்கு இருமினேன்.

அக்காவுக்குக் கல்யாணம் என்றுகூட சொல்லி லோன் வாங்கிவிட்டார். லோன் அப்ளிகேஷனோடு கல்யாண அழைப்பிதழ் ஒன்றையும் இணைக்கச் சொல்லியிருந்தார்கள். யாரோ ஒருத்தன் பெயரை மணமகன் என்று போட்டு ஒரு பத்து அழைப்பிதழ் அடித்துக் கொண்டு வந்தார்.

மில்லில் சமர்ப்பித்த ஒரு அழைப்பிதழ் போக மீதி அழைப்பிதழ் எல்லாம் வீட்டில் இங்குமங்குமாக இறைந்து கிடந்தது. பிறகு ஒன்றையும் காணவில்லை. ஒருமுறை எதேச்சையாக அக்காவோட பெட்டியில் அவற்றைப் பார்த்தேன்.

அக்காவுக்குக் கல்யாண அழைப்பிதழ் அச்சடித்து எட்டு வருடத்துக்கு மேல் ஆகிவிட்டது. கல்யாணம்தான் இன்னமும் ஆகவில்லை. மூன்று வருஷத்துக்கு முன்னால் அம்மா சீக்கில் விழுந்து செத்துப் போன போது அப்பா அவசரமாய் டெத் சர்டிபிகேட் வாங்கி லோன் போட்டார். அக்காதான் எல்லாமாக இருந்து கவனித்துக் கொண்டாள். விடாப்பிடியாக என்னைப் பத்தாவது வரை படிக்க வைத்ததும் அக்காதான்.

காலை முதல் இரவு வரை மாடாக உழைத்தாள். ஒரு சீக்கென்று படுத்ததில்லை. திடீரென்று அவளுக்கு ஒன்றானால், வீடு அதோ கதிதான். இப்படிப் பத்து மணிக்கு ஷிப்ட் முடிந்து வீட்டுக்குப் போனதும், திடுக்கென்று விழித்து சாப்பாடு போட வருவாள். தூங்கிக் கொண்டிருந்தாளா, விழித்துக் கொண்டுதான் இருந்தாளா?

மணி பத்தாகப் பத்து நிமிடம் இருந்தது. குடிகாரர்கள் தீவிரமாக வர ஆரம்பித்தார்கள்.

ராமலிங்கம், "டேய் கணேசா, சினிமாவுக்குப் போலாம் வரியா?" என்றான்.

"என்ன படம்?"

"ரஜினி..."

"பச்... எனக்குத் தூக்கம் வருது."

பழனியும், சுரேந்தரும் வந்ததும், கடையை ஒப்படைத்து விட்டு வீட்டுக்குக் கிளம்பினேன். நாற்றமின்றித் தூங்க வேண்டும் என்று ஆசையாக இருந்தது.

தெரு வெறிச்சோடி போயிருந்தது. கார்ப்பரேஷன் விளக்குகள் ஆர்வமின்றி ஒளி வீசின. தெரு நாய் ஒன்று குரைத்துக் கொண்டே ஓடிவந்து வாலாட்டியது.

திடீர் பாசம். நாய்க்கு ஒரு பொறையாவது வாங்கித் தர வேண்டும் என்று தோன்றியது. கடைதான் ஒன்றுகூடத் திறந்திருக்கவில்லை. வீட்டின் அருகே டீக்கடை ஒன்று திறந்திருக்கும். நாய் கொஞ்ச தூரம் என்னைப் பின்பற்றிவிட்டு, நம்பிக்கையிழந்து திரும்பிவிட்டது.

ஜூஜூ என்று கூப்பிட்டாலும், அது அவநம்பிக்கையோடு திரும்பிப் பார்த்துவிட்டு எதிர்திசையில் போய்க் கொண்டிருந்தது.

வீட்டுத் திண்ணையில் அப்பா படுத்திருந்தார். அவரிருந்த கோலத்தைப் பார்த்து அவர் நிதானத்தில் இல்லை என்பது புரிந்தது.

"சாப்டாச்சாப்பா?" என்றேன்.

எங்கேயோ கேட்ட குரல் போல பார்த்தார். திடுதிப்பென்று என்னிடம் பேச வேண்டும் போல் சிரமப்பட்டார்.

"உங்க அக்கா வன்ட்டாளா?" என்றார்.

"எங்க போயிருக்குது?" என்றபடி வீட்டைப் பார்த்தேன். விளக்கு ஏற்றப்படாமல் இருந்தது. இவ்வளவு வயசில் இதுதான் முதல்முறையாக, வீட்டில் விளக்கெரியாமல் இருப்பதைப் பார்க்கிறேன்.

அப்பா எதுவும் சொல்லாமல் இமைக்காமல் பார்த்தார். முறைத்தார் போலவும் இருந்தது. கண்களிரண்டும் குங்குமமாய்ச் சிவந்திருந்தது. திண்ணையைச் சுற்றிலும் பீடித்துண்டுகளாக இறைந்து கிடந்தன.

"எங்க போயிருப்பா...?" போயிருக்கிற இடம் அவருக்குத் தெரியும் போல கேட்டார். "உடம்பு திமிரெடுத்தா சும்மா இருக்குமா... கெடந்து அலையறா... எங்க போவா...? போவட்டும்"

திகைத்துப் போனேன். பயம் பரவியது. என்ன சொல்கிறார்?

"அவ கிடக்றா வுட்றா" என்றார். "அவ போனா போறா. சனியன்

ஒழிஞ்சிதுன்னு வுடு"

அப்பா சொல்வது எந்த அளவுக்கு உண்மையென்று உணர முடியவில்லை. அக்கா இப்படிச் செய்திருப்பாள் என்று நம்ப முடியவில்லை. அக்கா செய்தது சரியா...?

"நீ போய் சாப்புடு" என்றார்.

அங்கிருந்து அகன்றால் போதும் என்றிருந்தது. உள்ளே நுழைந்து ட்ரங்க் பெட்டியின் மீது சாய்ந்து உட்கார்ந்தேன்.

'.... தப்பா?' என்று தீர்மானிக்க முடியவில்லை. அக்கா யாரிடமாவது ஏமாந்துவிட்டாளா? யாருடன் போனாள் என்று தெரியவில்லை. அதைப் பற்றியெல்லாம் முடிவெடுப்பதற்குக்கூட அவளுக்கு யாருமில்லாமல் போய்விட்டது. திரும்பி வந்து விட்டால் நன்றாக இருக்குமே என்று இருந்தது.

அவளுக்கு ஒரு கல்யாணம் செய்து வைக்க வக்கில்லாமல் போய் விட்டது. எனக்கு இருபத்தி நாலு என்றால்.. என்னைவிட அஞ்சு வயசு பெரியவள் என்று அம்மா சொல்லியிருக்கிறாள்... அப்படியென்றால் இருபத்தி ஒன்பது. அக்கா வயசுப் பொண்ணுங்களெல்லாம் மூன்று குழந்தை பெற்றுவிட்டார்கள். பவானியோட பையன் ஆறாவது படிக்கிறான்.

மணி பத்தரைக்கு மேல் இருக்கும் போல் தோன்றியது. சினிமா விட்டுப் போகிற ஜனங்களின் பேச்சுக் குரல்கள் கேட்டன.

கருவாட்டுக் குழம்பும், கொஞ்சம் சோறும் மட்டும் இருந்தது. அப்பா சாப்பிட்டாரா? என்று தெரியவில்லை. இருமிக் கொண்டிருந்தார். தற்கொலை முயற்சி மாதிரி பீடி பிடித்துக் கொண்டு இருந்தார்.

பசித்தது. சாப்பிட பிடிக்கவில்லை. வயிற்றுக்குள் திராவகத்தை ஊற்றியதுபோல எரிந்தது. திடீரென்று அக்கா வந்து "ஏண்டா இன்னும் சாப்பிடாம இருக்கறே?" என்று கேட்டால்...

இனி எப்படி வாழ்வதென்று குழப்பமாக இருந்தது. அக்கா வரவே மாட்டாள் என்று நினைப்பது பக்கென்றிருந்தது. கண் கலங்கியது. என்கிட்டகூட சொல்லிக்காம போறதுக்கு எப்படித்தான் மனசு வந்திச்சோ?

பாயை விரித்துப் போட்டேன். தலையணையைக் காணவில்லை. ட்ரங்க் பெட்டிக்கு அந்தப் பக்கம் இருக்கலாம். அக்காவின் துணிமணிகள் எதையும் காணவில்லை. எங்க போனேக்கா?

"கணேசா..." என்று சத்தமாகக் கூப்பிட்டார் அப்பா. எதிரில் போய் நின்றேன்.

“சாப்டியா?” என்றார்.

“ம்...”

அப்பாவும் நிலை குலைந்து போயிருந்தார்.

“சாப்டியா நீ?” என்றார்

“சாப்டம்பா”

“அப்ப எனக்கும் போட்றா... நீ சாப்ட்டாதான் நானும் சாப்புடுவேன்...”

“......”

“நமக்கு யார்றா இருக்கறாங்க” என்று கலங்கினார். எனக்கும் அழுகை பொத்துக்கொண்டு வந்தது. உள்ளே நுழைந்து, சட்டியில் சோற்றைப் போட்டு குழம்பூற்றிக் கொண்டு வந்து அவர் முன்னால் வைத்தேன்.

“உண்டை புடிச்சித் தரேன் சாப்பர்றியா...?”

“நா சாப்டம்ப்பா...”

“உங்க அக்கா...” என்று ஆரம்பித்து எதுவும் முடிக்காமல் விட்டுவிட்டார். சோற்றைப் பிசைந்து கொண்டே இருந்தார்.

“நா போறேம்ப்பா...”

“எங்கடா வேலைக்கா...?”

“ஆமா... நைட் ஷிப்டு...”

“சரி இதை உள்ளே எடுத்துப்போய் வெச்சிடு” என்று சாப்பிடாமலே கை கழுவிக்கொண்டார்.

சாராயக்கடை நோக்கி நடந்தேன். பாலாஜி டீ ஸ்டாலில் நின்று டீ குடித்தேன். நாளையிலிருந்து யார் சமைப்பார்கள் என்று தெரிய வில்லை. அக்கா நிஜமாகவே வரமாட்டாளா?

டீ சாப்பிட்டு விட்டு வெளியேறும்போது இரண்டு பொறைகள் வாங்கிக் கொண்டேன்.

சுஜாதா மாத இதழ்– 1990

முன்னாள் தெய்வம்

தூரத்தில் லாந்தர் விளக்கின் வெளிச்சம் மினுக், மினுக் என்று தள்ளாடியது.

"வர்றாங்க சாமீ. நீங்க போயி படுங்க" இனி எல்லாம் சரியாகிவிட்டது என்பதுபோல், இடுப்பில் கட்டியிருந்த துண்டை

உதறிக் கையில் சுருட்டி வைத்துக் கொண்டான் சுடலை. கோபத்தின் உச்சத்தில் இருந்தார் பெருமாள் ரெட்டியார். சுடலையின் இந்த சால்ஜாப்புக்கெல்லாம் சமாதானமாகிவிடுகிற நிலையில் இல்லை அவர்.

"சவுட்டு மண்ணு ஓட்ட வேண்டிய நேரத்தில் சினிமா கொட்டாய்ல படம் பார்த்துட்டு வர்றானுங்களே... பொறுக்கலுங்க. வரட்டும்..."

லாந்தர் விளக்கு வெளிச்சத்தோடு, இப்போது மாட்டு வண்டி மணிச் சத்தமும் கேட்டது. மாட்டு வண்டி நிதானமாக வந்தது. அடியாட்கள் இரண்டு பேரும் வண்டியிலிருந்து இறங்கி, நடந்து வந்துகொண்டிருந்தனர். 'திருட்டுத்தனமா சினிமா பார்த்துட்டு வர்றவனுங்க இவ்வளவு சாவகாசமா வரமாட்டாங்களே' கண்களைத் தீட்டிக் கொண்டு பார்த்தார் ரெட்டியார்.

"என்னடா லேட்டு?" என்று கேட்டுக் கொண்டே மீண்டும் துண்டை இடுப்பில் கட்டிக் கொண்டு வண்டிக்கு எதிரே வந்து நுகத்தடியைப் பிடித்து வண்டியை நிறுத்தினான் சுடலை.

வண்டிக்காரன் பதட்டத்துடன் முன்னால் ஓடிவந்து, "மண்ணெடுக்குற இடத்தில் சாமி சிலை கெடைச்சது ரெட்டியாரே" என்றான்.

"என்னடா சொல்றே?" வண்டியின் பின்புறம் சென்று ஒருவித பக்தி பயத்துடன் நோட்டமிட்டார் பெருமாள் ரெட்டியார்.

உத்தேசமாக மூன்றடி உயரமுள்ள கருங்கல் சிலை . அம்பாள்! "ஆத்தா' என்று கன்னத்தில் போட்டுக் கொண்டார்... 'கீழ் எறக்கி வையுங்கடா... டேய் இந்த இடத்தைச் சுத்தமா பெருக்குங்கடா" படபடவெனக் கட்டளையிட்டார் ரெட்டியார். "வீடு கட்ட ஆரம்பிச்ச நேரம்... ஆத்தா என்னைக் கோயில் கட்ட ஆணையிட்டிருக்கா" என்று அவருக்குள்ளேயே முணுமுணுத்துக் கொண்டார்.

"இல்ல ரெட்டியாரே... புது வாயல்காரனுங்க எங்க ஊர் எல்லைல தான் சிலை கிடைச்சது. அதனால இது எங்களுக்குத்தான் சொந்தம்னுட்டாங்க. நான் விடல. 'இது ரெண்டு ஊரு எல்லை. இது எங்களுக்குத்தான் சொந்தம்'னு சொல்லி எடுத்துக்கிட்டு வந்துட்டேன். அவனுங்க பெரிய மனுஷங்களோட புறப்பட்டு வர்றோம்னு சொல்லியிருக்கானுங்க."

"விடக்கூடாது ரெட்டியாரே" என்று ஆவேசமாகக் குரல் கொடுத்தான் சுடலை.

அம்பாள் சிலையை இப்போதைக்குப் பிள்ளையார் கோவிலிலேயே வைத்திருப்பதென்றும் வருகிற சம்பா பட்டத்துக்குள் அம்பாளுக்குத் தனியாகக் கோவில் கட்டுவதென்றும் ஊரின் பெரிய தலைக்கட்டுகள் ஐந்தாறு பேர் முடிவெடுத்து முடிப்பதற்கும் புதுவாயல்காரர்கள் ஜலஜலவென்று இரண்டு மாட்டு வண்டியில் வந்து இறங்குவதற்கும் சரியாக இருந்தது.

வீட்டுத் திண்ணையிலேயே ரெண்டு ஜமுக்காளத்தை விரித்துப் போட்டு வந்தவர்கள் அனைவரையும் உட்காரச் சொன்னார்.

புதுவாயல்காரர்கள் சார்பாக மாரியப்ப ரெட்டியார் பொறுமை யாகப் பேசினார். "சிலை கிடைச்சது எங்க ஊரு எல்லைல. ஏதோ பெருமாள் ரெட்டியார் படியாளுங்களாச்சேன்னு வம்பு பண்ணாம கொடுத்தனுப்பிச்சோம்."

"இப்ப என்னாங்கறீங்க?" என்றார் பெருமாள் ரெட்டியார்.

"எங்க ஊரு எல்லைல கிடைச்சது எங்களுக்குத்தான் சொந்தம்னு சொல்றோம்."

"மொதல்ல அது உங்க ஊரு எல்லை இல்லை. ரெண்டு ஊருக்கும் பொது எல்லை. பொறம்போக்கு நிலம். நாங்க மண்ணெடுக்கும்போது கிடைச்சிருக்கு... ஆத்தா எங்க ஊருக்கு வரணும்னு விருப்பப் பட்டிருக்கா. இல்லாட்டி போன வாரம் முழுக்க பள்ளிக் கூடம் கட்ட உங்க ஊருக்கு மண்ணெடுத்துக் கிட்டிருந்தீங்களே... அப்ப கிடைச்சிருக்க மாட்டாளா?" கூர்மையாக ஒரு கேள்வியைப் போட்டார் பெருமாள் ரெட்டி.

இதே விஷயத்தை இரு தரப்பினரும் மூன்று மணி நேரமாகப் பேசிக் கொண்டிருந்தார்கள். பெருமாள் ரெட்டியாரின் சம்சாரம் அந்த இரவு நேரத்திலும் ஒரு அண்டா நிறைய காபி போட்டுக் கொண்டு வந்து கோயிலுக்குப் பக்கத்தில் வைத்தாள்.

"டேய் சுடலை ... எல்லாருக்கும் காபி குடுடா"

மாரிமுத்து ரெட்டியார் ரோஷமாக, "காபி இருக்கட்டும். இதுக்கு ஒரு நியாயத்தைச் சொல்லுங்க..." என்றார்.

இந்த நேரத்தில்தான் ஒருவிதமாக முறுக்கிக் கொண்டு, கண்களை அகல விரித்துக் கொண்டு நிற்க முடியாமல் ஆடினான் சுடலை.

"டேய் சுடலை" என்று அவனை உசுப்பினார் பெருமாள் ரெட்டியார்.

"டேய்... பொன்னியம்மாடா நானு... உங்களையெல்லாம் எல்லைல நின்னு காக்கறதுக்காக வந்தேன்டா... டேய் ரெண்டு ஊருக்கும் எல்லைல எனக்குக் கோயில் கட்டுங்கடா..." சுடலை மீது

சாமி வந்திருப்பதை ஒரு வினாடி தாமதத்தில் புரிந்து கொண்ட அனைவரும் கன்னத்தில் போட்டுக் கொண்டனர்.

ஊர் எல்லையில் கோயில் கட்டுவதில் இரு தரப்பினருக்குமே மாற்று கருத்து இல்லை. புதுவாயல்காரர்களும் சந்தோஷமாகக் காப்பி குடித்துவிட்டுக் கிளம்பினர்.

"டேய் சுடலை, உம் மேலே சாமி வருமா?" என்று விசாரித்தார், பெருமாள் ரெட்டியார்.

"இதுதான் முதத் தடவை ரெட்டியாரே!"

அடுத்த தடவைகளில் தேர்ந்த சாமியாடி ஆகியிருந்தான் சுடலை. ஊர் எல்லையில் பொன்னியம்மன் கோயில் கட்டி முடித்ததும் ஐந்து நாள் திருவிழா. கோவிலுக்கு ஆடு, கோழி பலியிடக்கூடாது என்று சாமியாடி அறிவித்ததுகூட சுடலைதான். ஆத்தாவுக்குக் காவு கொடுப்பது பிடிக்காமல் போனதில் ஜனங்களுக்குச் சின்ன ஏமாற்றம் இருந்தாலும் சுடலை மேல் வந்து சொல்லிவிட்டாளே என்று மனதைத் தேற்றிக் கொண்டனர்.

திருவிழாவில் முதல் நாளன்று பொங்கல் பானைகளோடு ஊரே திரண்டு நின்றது. உடம்பெல்லாம் மஞ்சளும், குங்குமமுமாக ஆவேசமாக இருந்தான் சுடலை. உடுக்கையின் லயத்துக்குத் தலையைச் சுழற்றிச் சுழற்றி ஆடிக் கொண்டிருப்பது சாமானிய வேலையாக இல்லை. இயல்பாகவே அவன் திடகாத்திரமானவன். ஒரு கையில் வேப்பிலைக் கொத்தும், இன்னொரு கையில் பிரம்பும் வைத்துக் கொண்டிருந்தான் சுடலை. பம்பை, உடுக்கைக்காரர்களும் அவன் முன்னே செல்ல ஊரே எல்லைக் கோயிலுக்குத் திரண்டது.

எல்லையை நெருங்க, நெருங்க எதிர் திசையில் இருந்து இன்னொரு உடுக்கைச் சத்தமும் கேட்டது. புதுவாயல்காரர்களும் பொங்கல் வைக்க வந்து கொண்டிருந்தனர். எந்த ஊருக்கு முதல் மரியாதை என்பதுபோல் கூட்டத்தினுள் பேச்சு எழுந்தது. இந்த நேரத்தில் சற்றும் எதிர்பார்க்காத விதமாக சுடலை, எதிரே வரும் கூட்டத்தை நோக்கி ஓட ஆரம்பித்தான். சுதாரித்து அவனைப் பின் தொடரக்கூட முடியவில்லை. அப்படியொரு ஓட்டம்.

புதுவாயல் சார்பாகச் சாமியாடிக் கொண்டு வந்தவனை உலுக்கிப் பிடித்து "யாருடா நீ? சாமின்னு சொல்லி ஊரை ஏமாத்தறயா?... உன்னை..." தலைமுடியைப் பிடித்து ஒரு சுழற்று சுழற்றி கையில் இருந்த பிரம்பால் விளாச ஆரம்பித்தான்.

இரண்டு ஊர் மக்களும் திகைத்துப் போய்விட்டனர். இப்படியும் நடக்குமா என்றிருந்தது இரு தரப்பினருக்கும். விளாசிய விளாசலில்

கதிகலங்கிப் போய் ஒரு ஓரமாக நின்று விட்டான். புதுவாயலுக்காகச் சாமி ஆடிக் கொண்டு வந்தவன்.

“பொன்னியம்மா இங்கே இருக்கேன்டா... எவனாவது ஏடாகூடமா பண்ணீங்க.... தொலைச்சுருவேன்...”

புதுவாயல் சார்பாக மாரிமுத்து ரெட்டியார் இரண்டடி முன்னே வந்து “மன்னிச்சிடு தாயே” என்று கற்பூரத்தை ஏற்றி சுடலையின் உள்ளங்கையில் வைத்தார். தகதகவென எரியும் கற்பூரத்தோடு மூன்று முறை சுற்றி வாய்க்குள் போட்டுக்கொண்டான் சுடலை. அதற்குப் பிறகு, யார் மீதும் பொன்னியம்மா சாமியாட வருவதில்லை.

அடுத்த இருபத்தைந்து வருஷத்துக்கு பொன்னியம்மா என்றால் அது சுடலை என்று ஆகிவிட்டது.

பெரிய குங்குமப் பொட்டு, உடம்பெல்லாம் விபூதி என மணம் வீசும் மனிதனாகிப் போனான் சுடலை. உழுவதும் மருந்தடிப்பதும், களையெடுப்பதும் அவனுக்கு உகந்த தொழிலாக இல்லாமல் போனது. கோயில், கும்பாபிஷேக வேலைகள், நன்கொடை வசூல் என்று ஒருவித அறப்பணியில் கவனம் செலுத்த ஆரம்பித்து விட்டான்.

கோயிலுக்கு முன்னால் இருந்த புறம்போக்கு நிலத்தில் மின்சார வாரிய துணை மின்நிலையம் வந்ததும் கோயிலுக்கு மவுசு குறைந்து போனது. சப்-ஸ்டேஷன் வந்ததால் ஊருக்கு நிறைய பம்ப் செட் இணைப்பும் ரைஸ் மில்லும், சில கம்பெனிகளும் இயங்க ஆரம்பித்தன. கோயிலுக்கு இரண்டு பக்கமும் வரிசையாக ஃபேக்ட்ரிகள்.

காது குத்துவதற்குப் பிரார்த்தித்துக் கொண்டவர்கள் மட்டும் எப்போதாவது கோயிலுக்கு வந்தார்கள். சுடலையும் கோயிலுக்குச் சற்றுத் தள்ளியிருந்த ப்ளாஸ்டிக் பைப் செய்யும் கம்பெனியில் வாட்ச்மேனாகச் சேர்ந்து விட்டான். எல்லாம் மருமகள் வந்த ராசி!

தங்குவதெல்லாம்கூட கோவில் மண்டுத்தில்தான். அவனுக்காக ஒரே ஒரு குண்டு பல்பை அனுமதித்திருந்தார்கள். கிணற்றில் தண்ணீர் சேந்தி எடுத்துக் குளியல். இந்தத் துறவு வாழ்க்கையைச் சிலர் சுடலையின் பக்தி என்றார்கள். சிலர் வீட்டில் கவனிப்பு இல்லை என்றார்கள். சுடலைக்கும் அது சூழ்நிலைக்கு ஏற்ப பொருந்தி வந்தது.

பேத்தி பள்ளிக்குப் போகிற வழியில் தூக்கு டிபன் சட்டியில் இட்லியும் சட்னியும் கொண்டு வந்து வைத்துவிட்டுப் போவாள். அதுவேதான் மதியத்துக்கும். சுடலைக்கு மவுசு இருந்த நேரத்தில் பிறந்ததால் பேத்திக்கு பொன்னி என்று பெயர் வைக்க முடிந்தது. தான் வைத்த பெயர் விளங்குவதாக ஒரு சந்தோஷம்.

கோயிலுக்குள் சீட்டாடிக் கொண்டிருந்தவர்களைப் பார்த்து சுடலை ஒரு சமயம் ஆவேசமாகச் சாமி வந்து ஆடியபோது, "இன்னா பெருசு... சும்மா இருக்க மாட்டியா?" என்று கழுத்தைப் பிடித்துத் தள்ளிவிட்டனர். அதன்பிறகு சுடலை மீது சாமி வருவதில்லை.

பொன்னியம்மாளும் அந்தக் கோயிலை விட்டு வெளியேறி விட்டதாகப் பேசிக் கொண்டார்கள்.

குமுதம் வார இதழ்–2000

இரக்கம்

ஏற்கெனவே ஒருவன் செத்துப் போயிருந்தான். எத்தனையோ பேர் செத்துப் பிழைத்திருந்தார்கள்.

இப்பேர்பட்டவர்களைப் பிழைக்க வைப்பதற்காகவே எங்கோ வேலை செய்து வந்த கம்பவுண்டர்கள் எல்லாம் கூட்டு ரோட்டில்

'டாக்டர் கடைகள்' வைக்கத் துவங்கியிருந்தார்கள். எவனாவது ஒரு டாக்டரின் பெயரை போர்டில் போட்டுவிட வேண்டியது. சற்றே விவரமான ஆள், டாக்டரையெல்லாம் விசாரித்தால், 'வெளியே போயிருக்கார்...' என்று என்னமோ அப்பத்தான் வெளியே போனது மாதிரி சொல்வார்கள்.

தலைவலி, வயிற்றுவலி, சேற்றுப்புண், சீதபேதி இத்யாதி விஷயங்களுக்குத் தயாராய் சில ஊசி மருந்துகளை வைத்துக் கொண்டு, வெறியோடு குத்துவதற்குக் காத்திருந்தார்கள். பூச்சி மருந்து அடித்து மயங்கி விழுந்தவனென்றால் லட்டு மாதிரி. எழுநூறு ரூபாய் வசூலிக்கிறார்கள்.

"எங்க காலத்துல எப்ப இப்பிடியாகியிருக்கு? அப்ப இல்லாத பூச்சில்லாம் இப்ப எங்கிருந்து வந்தது? எல்லாம் கலி கலி" என்று தலையில் அடித்துக் கொண்டார் சரவணரெட்டி.

களை எடுத்துக் கொண்டிருந்ததால் இடுப்பு பிடித்துக் கொண்டதை நிவர்த்திச் செய்யும் பொருட்டு, "அப்பல்லா பூச்சே அடிக்காதா?" என்று கேட்டபடி நிமிர்ந்து நின்றான் ஒருவன்.

"வெறப்பாடு முடிஞ்சா, வேலை முடிஞ்சாப்பல" என்றார். ஆறு மாசம் கழிச்சு வந்து அறுக்க வேண்டியதுதான்.

"இப்ப மூணுமாசத்துல இல்ல அறுக்கிறம்...? அதுக்கேத்த, செவரெட்சணை செய்றோம்..."

"இன்னொருத்தன், ரெட்டியாரே நெறைய பூச்சி..." என்றபடி கொத்தாகப் பயிரைப் புடுங்கிக் காண்பித்தான்.

நன்றாய் முளைத்திருந்த பயிர், கதிர் விடும் நேரத்தில் பழுத்துத் கருகியிருந்தது.

"எல்லாத் தலைவயல்லயும் அப்படிதான்" என்று இன்னொருவன் எழுந்து நிற்க, ரெட்டியார் உஷாராகி, "பேச்சுக் குடுத்தா போதுமே... கத பேசிக்கிட்டே கூலி வாங்கிடுவீங்களே" என்றார்.

அந்தப் பக்கமாய் போய்க் கொண்டிருந்த ஆறுமுகரெட்டி, "வேலையைக் கவனிங்கடா" என்றபடி அருகில் வந்தார்.

சரவண ரெட்டி, "பரவால்யா பயிரு?" என்றார்.

"எங்க?" என்று சப்புக் கொட்டினார் ஆறுமுகம்.

"எவ்ளோ நட்டுருக்கே?"

"தெரியாத்தனமா ஏழு ஏக்கர் நட்டுப்புட்டேன் பூச்சி ஏறிங்கியிருக்குது. போட்ட நெல்லு வருமான்னுருக்குது."

" என்னமோ மருந்து சொல்றாங்களே அடிச்சியா?"

"எக்காளக்ஸ்... செவின்... பூச்சி என்னமோ சாவுது... அடிக்கிற

ஆளும்ல சேந்து செத்துப் போறான்?"

"நானும் அதாம் பாக்றேன்... நேத்து அப்டி நான் இங்கிருந்து பாக்றேன்... அதோ முதலியார் தலைல சிங்காரம் ஸ்பிரேயர்ல மருந்தடிக்கிறான். ரெண்டாவது ரவுண்ட்ல தண்ணியடிச்சவனாட்டம் இப்படியும் அப்படியும் ஆடினான். அப்புறம் பாத்தா... மிஷினை யெல்லாம் அப்படியே போட்டுட்டு வரப்ல போய்ப் படுத்துட்டான்."

"ஐயோ, அப்புறம்...? இவ்ளோ நடந்திருக்கு. எனக்குத் தெரியாதே."

"நா ஒரே ஓட்டமா ஓடுறேன். அதுக்குள்ள என்னடாது திடீர்னு சத்தத்தையும் காணம். ஆளையும் காணம்னு பாதி பேர் ஓடியாற..."

" ஆ...ங்"

"ஆளு வரப்ல மூச்சு பேச்சில்லாம கிடந்தான். தூக்கிப் போய்க் களத்து மேட்ல போட்டு, மூஞ்சில தண்ணிய அடிக்கவும், ஆளு அப்பிடி இப்பிடி எழுந்து குந்தினான்."

"அப்ப பொழச்சிட்டான்?"

"பொழச்சிட்டான், பொழச்சிட்டான்... நம்ம மாணிக்கம் என்ன சொன்னான் தெரியுமா?"

"எந்த மாணிக்கம்?"

"அட! நம்ம புளிமூட்டை..."

"ஆங்...ஆங்..."

"டே சிங்காரம் அப்படியே காலைப் பரப்பிக்குனு படுடா.. கண்ணைத் தெறக்காதே... முதலியார் கிட்ட ஆயிர் ரூப் கறந்திட லாம்ன்றான்..."

"அதிலியும் முதலியார்தாங் குடுப்பாரு..."

"பண்ணன கலாட்டால முதலியார் ஆடிப் போயிட்டான் பர்ஸ்டு... அப்புறம் உஷாராயி பத்ரூபா செலவுக்குக் குடுத்து விட்டான்..."

ஆறுமுக ரெட்டி "கிக், கிக்" என்று சிரித்தார். "கல்லுல நாறு உரிப்பானே முதலி" என்றார்.

"ச்செரி... அதாம் பயமாயிருக்கு. எங்க நம்ப நெலத்தில பூச்சி மருந்து அடிக்கப் போயி மண்டையப் போட்டான்னா... போனாப் போகுது ரெட்டியாரே ரெண்டு ஏக்கரா அவங்க குடும்பத்துக்கு எழுதி வெச்சிடுன்னு சுளுவா சொல்லிடுவானுங்களே?"

"ஏன்... இதே மாணிக்கமே ஆரம்பிச்சி வெப்பான்."

மொத்தத்தில் மருந்தடிக்கத் தோதாய் ஒருவனும் இல்லை. ஒரு நாளெல்லாம் ஒரு ஏக்கர் அடிக்கிறவன்தான். அதுவும் நான்கு நாள் சேர்ந்தாற்போல் அடித்தால் ஒருநாள் மயங்கி விழுந்தார்கள். குருவி

உட்கார பனம்பழம் விழுந்த கதையாய் நமக்கு வேலை செய்யும்போது செத்துப் போய்விடக் கூடாதே என்பது ஒவ்வொருவரின் அந்தரங்கப் பிரார்த்தனையாய் இருந்தது.

ஆத்தூர் செல்வத்தைப் பற்றி, ஏதோ அவதாரம் எடுத்து வந்தவன் போல் பேசிக் கொண்டார்கள். இவ்விஷயம் சரவண ரெட்டி காதிலும் அவ்வப்போது விழுந்தது. படியாளை அனுப்பி அழைத்து வரும்படி சொன்னார். வந்தான்.

செல்வம் என்பவன் இஸ்திரி போட்டது மாதிரி பட்டையாய் உயரமாய் இருந்தான். இத்தனை முறை புயல்கள் வந்தும் அவன் ஒடிந்து விழாதது ஆச்சரியமாய் இருந்தது.

சரவண ரெட்டி இப்படித் துவங்கினார்.

"ஆத்தூரா நய்னா நீ?" என்றார்.

அவன் பணிவாய்ப் பதில் சொல்ல விரும்பி சதா நேரமும் கூன் போட்டவன் மாதிரி நின்றிருந்தான்.

"ஒரு நாளிக்கு எத்தினி ஏக்கர் அடிப்பே?"

"உங்களுக்கு எவ்ளோ அடிக்கணும் சொல்லுங்க?" என்று திருப்பிக் கேட்டான். குரலில் நம்பிக்கை தொனித்தது.

"இன்னா ஒரு பத்து ஏக்கர்னு வெச்சுக்கயேன்."

"அப்ப ரெண்டு நாளு" என்றான்.

"அடேங்கப்பா சாமர்த்தியகாரன்... ஏன் நய்னா... உனக்கு மயக்கம், கியக்கம் வராதில்ல?" என்று கேட்டு வைத்தார்.

"நமக்கு அதெல்லாம் வராதுங்க" என்றான் பன்மையில்.

"செரி... எப்ப வர்ரே சொல்லு..?"

சற்றே யோசனையாய் கன்னப் பகுதியில் தேய்த்து விட்டுக் கொண்டான்,

"முக்யமா ரெண்டு பேருக்கு அடிக்க வேண்டியிருக்கு. காவனூர்ல செல்லமுத்து நாயகருக்கும். வரத நாயகருக்கும். பொண்டாட்டி செத்து போனதால எல்லாம் டிலே ஆயிட்ச்சி"

"ஐய்யய்யோ எப்ப?" என்றார் சரவண ரெட்டி.

"கிர்த்திகை வந்துதே... அன்னைக்கு மறுநாள்..." இதைச் சொல்லும்போது அவன் குரல் கம்மிப் போய் விட்டது. "முழுகாம இருந்தா..." என்று ஆரம்பித்தவன், முகத்தை வேறு பக்கம் திருப்பிக் கொண்டு, லூங்கியால் கண்களைத் துடைத்துக் கொண்டான். திடீரென்று இப்படி அழுகை வந்துவிட்டது அவனுக்கே சங்கடமாக இருந்திருக்க வேண்டும்.

கிருத்திகை போய் பத்து நாள்கூட ஆகியிருக்கவில்லை. தாஜா

பண்ணி நாளைக்கே மருந்தடித்துவிட வேண்டும் என்று எண்ணியிருந்த சரவணரெட்டிக்கும் அதிர்ச்சியில் என்ன பேசுவதென்று புரியாமல் யோசனையில் ஆழ்ந்தார். உண்மையில் இருவருமே இப்படி ஒரு சூழல் ஏற்படும் என்பதை எதிர்பார்க்கவில்லை.

"...ம்... என்ன ஒடம்புக்கு?" என்றார் சரவண ரெட்டி.

"மஞ்சக் காமலைன்ட்டு பொன்னேரிக்குப் போய் செம்புக் கம்பில சூடு வெச்சுக்குனு வந்தா, வெரல்ல..."

"வெரல்லியா?"

விரலில் சூடு வைத்துக் கொண்டால் அதன் வழியே உடலில் இருக்கிற மஞ்சள் எல்லாம் வெளியே வந்து மஞ்சட் காமாலை போய் விடுவதாக ஒரு நம்பிக்கை உண்டு. அதுவும் ஆள்காட்டி விரலில்தான் சூடு வைப்பார்கள். இதெல்லாம் சரவண ரெட்டிக்குத் தெரியாம லிருக்க நியாயமில்லை. ஏதோ அவன் திருப்திக்காகக் கேட்டார்.

"ஆமா.." என்றான்.

"மஞ்சக் காமாலன்னா கீழாநெல்லிதான் அதுக்கு வைத்தியம்..." என்று ஒரு மாதிரியாய் விஷயத்தைத் திருப்பினார். "அப்போ... அவங்க ரெண்டு பேருக்கும் முடிச்சிட்டு வரேன்றியா?"

"ரெண் நாள்ல முடிச்சிடுவேன்."

"முடிச்சுட்டே வா" என்று அனுப்பி வைத்தார்.

செல்வம் போனதும் படியாளைக் கூப்பிட்டு, "ஏண்டா, கூமுட்டை... பொண்டாட்டி செத்துப் பத்து நாள் தா ஆகுதுன்றான், சொன்னியாடா?" என்றார்.

"அப்படியா...? இன்னாவாம் ஒடம்புக்கு?" என்றான்.

"அடிங்... போடா, நாள கழிச்சு வரேன்னு சொல்லியிருக்கேன்... போயீ... சேட்டுகிட்ட பத்து ஏக்கருக்குத் தேவையான மருந்துனு கேளு... அவனே குடுப்பான். எவ்ளோ தண்ணில கலக்கணும். என்னம்மா அடிக்கணும்னு விசாரிச்சுக்குனு வா" என்றார்.

"துட்டு கேட்டா?"

"கணக்ல எழுதச் சொல்லுடா... அடுத்த வாரத்ல வரேன்னு சொல்லு... ரசீது வாங்க்கினு வா"

"சரி." சரவண ரெட்டியார் யோசனையாய் "ஏண்டா" என்று போய்க் கொண்டிருந்தவனை நிறுத்தினார்.

"நம்மகிட்ட வேல பார்க்கும்போது செத்துத் தொலையப் போறாண்டா."

"ஒண்ணும் சாவ மாட்டான்... ஒரு கிளாஸ் ஊத்திக்குனு

வன்ட்டான்னா, உயிர் போனாகூட அவனுக்குத் தெரியாது. அதும்பாட்டுக்கு வேல நடக்கும்" என்றான் தீர்மானமாய்.

உடம்பே குலுங்கச் சிரித்தார் ரெட்டியார்.

அடுத்த நாள் நிழலும், பேச்சுத்துணையும் நாடி வந்த ஆறுமுக ரெட்டியார். "செல்வம் செத்து போயிட்டானாமல்?" என்றபடி சரவண ரெட்டி பக்கத்தில் உட்கார்ந்தார்.

"அடடே... எப்ப?"

"நேத்து"

"நெனச்சேன்... நெனச்சேன்... செல்லமுத்து நாயக்கருக்கில்ல அடிக்றாப்ல சொன்னான். நாயகர் வசமா மாட்டினாரா?"

"அட நீ ஒண்ணு... ஆளு தூக்குமாட்டி செத்துப் போயிருக்கான்."

சரவண ரெட்டி திருப்தி அடைந்தவராய் "அப்போ மருந் தடிச்சதால சாகலே...?" என்றார்.

பின்னர், திடீரென்று ஞாபகம் வந்தவராய் "ஐய்யய்யோ... எதுக்குச் செத்துப் போயிட்டானாம்?" என்று விசாரித்தார் வருத்தமாய்.

மங்களம் வார இதழ்– 1986

அபிதிற்கடத்திகள்

சதாசிவம் பக்கத்தில் இருந்த கிளி மார்க் பையைத் திறந்து, மல்லிகாவின் திருமணப் போட்டோ, திருமண அழைப்பிதழ், சில ஜெராக்ஸ் காப்பிகள் ஆகியவற்றை ஒருமுறை தேவையில்லாமல் பார்த்துவிட்டு மறுபடி முன்பு போலவே எங்கோ வெறித்தபடி

நின்றார். சற்றுத் தூரத்தில் கோர்ட் வராண்டா சுற்றுச் சுவரின் அருகே, தத்தமது கணவன்மார்களிடம் ஜீவனாம்சம் கேட்டு வழக்குத் தொடுத்திருந்த வேறு சில பெண்களிடம் ஏதோ பேசிக் கொண்டிருந்தாள் மல்லிகா.

“உங்க வீட்டுக்காரர் வந்திருக்காரா?”

“அதோ... செவப்புச் சட்டை போட்ருக்கானே... அவன்தான்!”

மல்லிகாவை அடுத்திருக்கிற மூன்று பெண்களை நினைத்தபோது சதாசிவம் சற்றே திகிலும், அவநம்பிக்கையுமாக இருந்தார்.

கல்யாணமாகி ஒரு மாதம்கூட மல்லிகா கணவன் வீட்டில் இல்லை. முதலிரவன்றே, “நீ அபார்ஷன் பண்ணியிருக்கியா?” என்று கேள்வி கேட்ட கணவன் அவன்.

கதறிக் கதறி அழுது கொண்டு வந்தவளைத் தேற்றி அனுப்புவதைத் தவிர வேறு வழி தெரியவில்லை சதாசிவத்துக்கு. போனவள் சரியாய் ஒரு மாதம்... ஒரு மாதத்தில் மொத்தம் எத்தனை வினாடிகள் உண்டோ அத்தனை நரகங்களையும் தாங்கிக் கொண்டு வாழ்ந்து பார்த்தாள்.

அப்பாவும், அண்டை வீட்டாரும் சொல்லி அனுப்பியிருந்த அறிவுரைகள் எதுவுமே அவளுக்குப் பலன் தரவில்லை. சிரிக்கவோ, நடக்கவோ உட்காரவோகூட அவனது அனுமதியை எதிர்பார்க்க வேண்டியிருந்தது. அவளது ஒவ்வொரு அசைவுக்கும் அவனிட மிருந்து எதிர்ப்புகள் வந்தன.

மல்லிகா படித்த படிப்புக்கு அவன் ஒரு மனநோயாளி என்பதை உணர்வதற்கு வெகுநேரம் ஆகவில்லை. ஆனால் ஒரு குடும்பம் ஆணின் கண்ட்ரோலில் இருக்க வேண்டும் என்று நினைக்கிற சமூக அமைப்பில், அவனது பைத்தியக்காரத்தனங்களுக்கு ஒரு அங்கீகாரம் இருந்தது.

பகல்களைவிட மல்லிகாவின் இரவுகள் ரணமானவை. ஒரு பாட்டில் சாராயத்தை அவள் வாயில் சாய்த்து, ஏதாவது உளறுகிறாளா என்று குரூரமாய்ப் பரிசோதிக்கிற கொடுமை நிறைந்த இரவுகள்.

ஒடிசலான அப்பாவுக்கும், தங்கைகளுக்கும் தான் ஒரு சுமையாய் போய்விடக்கூடாதே என்ற பயமும், இனி ஒவ்வொரு இரவும் நமக்கு இப்படித்தான் என்று தயார்படுத்திக் கொள்கிற சகிப்புத் தன்மையும் மல்லிகாவை ஒரு மாதம் வரை வாழவிட்டன.

நடு இரவில் ரயில் தண்டவாளத்தில் படுக்க வைத்து, “நீ நிஜமாகவே பத்தினியா இருந்தா... ரயில் வரும்போது எழுந்திருக்கக்கூடாது” என்று அவன் கடைசியாய்ப் போட்ட கண்டிஷனுக்கும் அவளைச்

சம்மதிக்க வைத்தது அதுதான்.

பனியின் காரணமாகத் தண்டவாளங்கள் சில்லிட்டுப் போயிருந்தன. கணுக்காலில், கண்டை சதையிலும் ஊசியாய் ஏறியது குளிர். மல்லிகாவுக்கு ஏனோ துளியும் பயமாகவே இல்லை. இப்படி ஒரு வனாந்தரத்தில் நட்சத்திரத்தைப் பார்த்தபடி மல்லாந்து படுத்திருப்பது கொஞ்சம் நிம்மதியாகக்கூட இருந்தது. ஏதோ ஒரு திசையில் ரயில் வருவதற்கான அறிகுறியாகத் தண்டவாளத்தில் அதிர்வுகள் ஏற்பட்டன. அவளுக்கு ஆறாம் வகுப்பு அறிவியல் பாடம் ஞாபகம் வந்தது. உலோகங்கள் நற்கடத்திகள்... அலோகங்கள் அரிதிற் கடத்திகள்...

“யாருப்பா...அது?”

தூரத்தில் வந்த யாரோ இருவர் குரல் கொடுத்தனர்.

“வீட்ல ஆயிரந்தான் பிரச்னை வந்தாலும் அதற்காக இப்படியா ரயில் தண்டவாளத்தில் வந்து படுத்துக்கிறது? நீங்களே கொஞ்சம் புத்திமதி சொல்லுங்கள் இவளுக்கு” என்று அந்தர் பல்டி அடித்தான் மல்லிகாவின் கணவன்.

இலவசச் சட்ட ஆலோசனை தந்த அட்வகேட் மாலதியிடம் இதையெல்லாம் சொன்னபோது, “எப்படி இவ்வளவு நாளா செத்துப் போயிடலாம்னு தோணவே இல்ல உனக்கு?” என்று ஆச்சர்யப்பட்டார்.

“சரியாயிடுவார்னு நினைச்சேங்க்கா...”

“எதுக்காக இப்படி ஒரு சந்தேகம் வந்தது அவனுக்கு?” என்றார்.

“கல்யாணத்துக்கு வந்திருந்த அவனது ஃபரண்ட்ஸ் எல்லாருமே என்னை ரொம்ப அழகா இருக்கறதா சொன்னாங்களாம். இவ்வளவு அழகான பெண்ணை நமக்கு எப்படிக் கட்டிக் கொடுத்தாங்கன்னு காம்ப்ளக்ஸ் அவனுக்கு”

நீதிபதி கேட்கும்போது “அவன் ஒரு மெண்டல்... அவன்கூட வாழ முடியாதுன்னு அடிச்சிச் சொல்லிடு...” என்றார் மாலதி.

“சரிக்கா..”

அவள் தன்னையே மலை போல நம்பிக் கொண்டிருப்பது பரிதாபமாக இருந்தது மாலதிக்கு. மிஞ்சிப் போனால் இருப்பதேழு வயதிருக்கும். பி.ஏ. வரைக்கும் படித்தவள். அரசு உத்யோகத்தில் இருந்தவள்... இன்னும் என்ன குறை..? குறையே அதுதான்!

“இந்த காம்ப்ளக்ஸ்னாலேயே என்னை வேலையை விட்டு நின்னுட சொல்லிட்டாங்க்கா... திடீர்னு ‘தாம்பரம் வரைக்கும் போயிட்டு வரலாம் வா’ன்னு பஸ்ல கூட்டிட்டுப் போவான். அங்க இருந்து

திரும்பி வரும்போது அவனுக்கு மட்டும் டிக்கெட் எடுத்துப்பான். எனக்கு எடுக்க மாட்டான். ஒருமுறை கண்டக்டர் பார்த்துட்டு... ஏம்மா, டிக்கெட் வாங்கிட்டியான்னு கேட்டுட்டாரு... அவன் பாட்டுக்கு இடிச்ச புளி மாதிரி உக்காந்திருக்கான்.... 'இந்தாம்மா கண்டக்டர் டிக்கெட் கேக்கறாரு'ன்னு அவனே என்னைப் பார்த்து ஒரே போடா திருப்பிப் போட்டுட்டான். கண்டக்டர் என்னை என்ன கேள்வி கேட்டான் தெரியுமாக்கா...? இவனும் கூட சேர்ந்துகிட்டு, இப்படீல்லாம் வேற வழிப்பறி பண்றாங்களான்னு கேக்கறான். கிண்டி வரைக்கும் நடந்தே வந்தேங்க்கா.."

மாலதி கொடுத்த தைரியத்தில் மல்லிகா குடும்ப வழக்கு மன்றம் வந்து ஜீவனாம்சம் கோரிக் காத்திருந்தாள்.

யாரோ, 'ஜட்ஜ் வந்துட்டாரு' என்று பரபரப்பாய்ச் சொல்லி விட்டுப் போனார். மல்லிகாவும், சதாசிவமும் அருகருகே வந்து நின்று கொண்டனர். நீதிபதியிடம் எதை எதையெல்லாம் சொல்ல வேண்டும் என்று அவசரமாக அச்சுக் கோர்த்தாள் மல்லிகா.

"மல்லிகா...மல்லிகா...மல்லிகா..."

மல்லிகா, முந்தானையில் முகத்தைத் துடைத்துக் கொண்டு கூண்டுக்கு ஓடினாள்.

எவ்வளவு கூறினாலும் பொறுமையாய்க் கேட்கிற சாந்தமான முகம் நீதிபதிக்கு. இது மூன்றாவது விசாரணையாக இருந்தும்கூட மிகவும் பொறுமையாக விசாரித்தார் அவர்.

"உங்க வீட்டுக்காரர் இப்ப முன்னைப்போல இல்லம்மா... அவர் செய்த தவறுக்கெல்லாம் உன் கால்ல விழுந்து மன்னிப்பு கேட்கவும் தயாரா இருக்கார்... " என்றார்.

......

மல்லிகா சதாசிவத்தைப் பார்த்தாள்.

"இந்த விஷயத்தில் முடிவெடுக்க வேண்டியது நீதான்... நீ அவர் மேல காட்டுகிற அத்தனைக் குற்றத்தையும் அவரே ஒத்துக்கிட்டாரு. ஏதோ ஒரு வெறியில அப்படியெல்லாம் நடந்துகிட்டதா சொல்லி ஓ...ன்னு அழுறார். நீ ஏன் அவருக்கு இன்னொரு வாய்ப்பு தரக்கூடாது..?"

"...."

" இரும்மா அவரைக் கூப்பிடறேன்... ரெண்டு பேரும் மனம் விட்டுப் பேசுங்க... அப்புறம் உன் பதிலைச் சொல்லு..."

வந்தான். பாதியாய் இளைத்துப் போயிருந்தான். நிமிர்ந்து பார்க்க திராணியில்லாமல் கண்ணைக் கசக்கிக் கொண்டான்.

"என்னப்பா சொல்றே?"

"அவ பிரிஞ்சுப் போயிட்டா... நான் செத்துருவேன்... சார்"
"என்னம்மா சொல்றே?"

மல்லிகா இப்படியாகும் என்று கொஞ்சமும் எதிர்பார்க்கவே இல்லை. படித்தவர்கள் சபை அவளது ஆமோதிப்புக்காக காத்திருப்பது அவளைச் சங்கடப்படுத்தியது. முடிவெடுக்க நேரம் வேண்டும் என்று கேட்டுக் கொண்டாள்.

சதாசிவம், "யோசிக்கிறதுக்கு என்னம்மா இருக்கு... மாப்ளதான் மன்னிப்பு கேட்டுக்கிட்டாரே...?" என்றார் தன் ஜென்ம சாபல்யம் அடைந்த பூரிப்போடு.

கோர்ட் சம்பிரதாயங்கள் முடிந்து வெளியே வந்ததும், "உங்களுக்கு ஆட்சேபணை இல்லேன்னா மல்லிகாவ இப்பவே வீட்டுக்குக் கூட்டிட்டு போறேன் மாமா..." என்றான்.

"இதில் என்ன ஆட்சேபணை வேண்டிக் கிடக்குது? தாராளமாகக் கூட்டிட்டுப் போங்க... " என்று பஸ் ஸ்டாப் வரை வந்து வழியனுப்பினார். "வரேன் மாப்ளே..." என்று கையெடுத்துக் கும்பிட்டார்.

பஸ் நெரிசலாக இருந்தது. பெண்கள் இருக்கை ஒன்று காலியாக இருக்கவே, மல்லிகா அமர்ந்து கொள்ளட்டுமா? என்று பர்மிஷன் போல அவனைப் பார்த்துவிட்டு இருக்கை நோக்கி நகர்ந்தாள்.

அவன் கண்டக்டரிடம் திரும்பி மெல்லிய குரலில் " கிண்டி ஒரு டிக்கெட் கொடுங்க" என்றான்.

மின்மினி வார இதழ்– 1991

கூட்டத்தின் கடைசியில் ஒருவன்

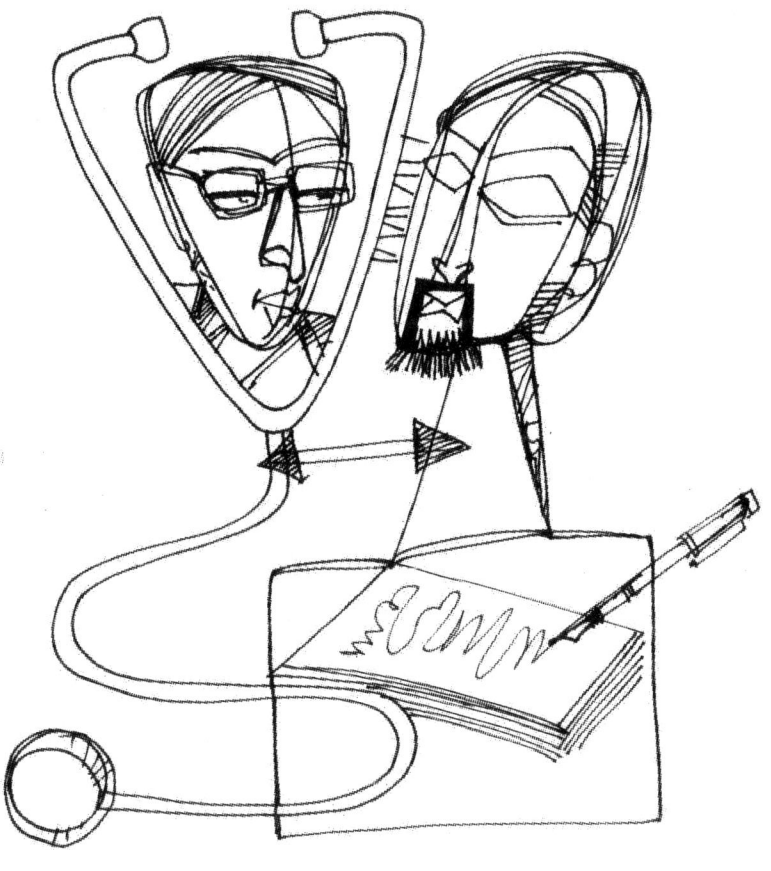

கூட்டத்தின் கடைசியில் காத்திருந்தான் மைக்கேல். எல்லோருக்கும் உளவியல் சம்பந்தமான பிரச்சினைகள் இருந்தன. மைக்கேலுக்கு அடுத்து அமர்ந்திருந்தவர் 'பணம் சாப்டா பசியாறுமாடா?' என்பதையே திரும்பத் திரும்பச் சொல்லிக்

கொண்டிருந்தார். அவருக்குப் பக்கத்தில் இருந்தவர் அவரைக் கட்டுப்படுத்தச் சிரமப்பட்டார். மைக்கேலுக்கு மறுபக்கம் அமர்ந்திருந்தவர் அடிக்கடி டயம் கேட்டுக் கொண்டிருந்தார். அரை நிமிடத்துக்கு ஒருமுறை அவர் நேரம் கேட்டபோதும் அலுத்துக் கொள்ளாமல் சொல்வது தம் கடமை என்று நினைத்தான் மைக்கேல். ஒருவர் திடீரென்று திமிறி ஓடும் முயற்சியில் அடிக்கடி ஈடுபட்டார். சிலர் அமைதியாக இருந்தாலும் அவர்களுக்குள் ஒரு மௌனப் புயல் அடித்துக் கொண்டிருப்பதை உணர முடிந்தது.

காத்திருப்பவர்களுக்கான டோக்கன் எண் அட்டையை வழங்கிக் கொண்டிருந்த பெண்மணி "உங்க பேஷண்ட் இப்ப வந்துடுவாங்களா?" என்றாள் மைக்கேலிடம்.

"நான்தான் பேஷண்ட்"

இருக்கவே முடியாது எனத் திகைத்தாள். மிக நேர்த்தியாக முடிவெட்டி பிரெஞ்ச்பேட் தாடி வைத்து சீராக உடை உடுத்திய நாகரீக மனிதனை என்ன மாதிரியான வியாதிக்குள் அடக்குவது என அவள் குழம்பினாள். அந்தப் பெண் கேள்வியோடு பார்த்துவிட்டு அவனுக்கு ஒரு சலுகைபோல மருத்துவரைப் பார்க்க சீக்கிரமே அனுமதி தந்தாள்.

டாக்டர் பரதன் நகரின் பிரசித்தி பெற்ற மன நல மருத்துவர். போதை மருந்துக்கு அடிமையானவர்கள், தேர்வு நேரத்தில் மாணவர்கள் மனநிலை உள்ளிட்ட கட்டுரைகளை பத்திரிகையில் எழுதுவோர் அவரிடம் கருத்து கேட்டு எழுதுவார்கள். அவரும் சளைக்காமல் ஆறுமாதங்களுக்கு ஒருமுறை இத்தகைய மனோ நிலைகள் பற்றி கருத்து கூறி வருவார்.

"மிஸ்டர் மைக்கேல்?"

"யெஸ்"

"உங்கள் பிரச்சினை என்னவென்று சொல்ல முடியுமா?"

"என்னுடைய பிரச்சினை எளிமையானதுதான்" என்று தயங்கிச் சிரித்தவன், "ஒருவேளை கடினமானதாகவும் இருக்கலாம்" என்று முடித்தான்.

டாக்டரும் நாகரீகமாகப் புன்னகைத்துவிட்டு "சொன்னால்தான் முடிவு செய்ய முடியும்?"

"என்னை ஒரு ரஜினிகாந்துக்கோ, விஜயகாந்துக்கோ ரசிகனாக்கி விட்டால் போதும்"

டாக்டர் பத்திரிகையில் அடிக்கடி பேட்டி கொடுக்கிற பழக்கம் உள்ளவராக இருந்ததால் மைக்கேல் சொன்னது அவருக்குள் இப்படி

கொட்டை எழுத்தில் ஒலித்திருக்க வேண்டும். சுதாரித்துக்கொண்டு “சுவாரஸ்யமான பிரச்சினைதான்” என்றார்.

“இப்படி ஆரம்பித்தால்தான் சுவாரஸ்யமாக இருக்கும் என்று உணர்ந்தேதான் சொன்னேன்.”

சிரித்தார். “ரஜினிகாந்துக்கு ரசிகராவது ஒரு டாக்டரிடம் முறையிடும் விஷயமாகத் தெரியவில்லை”

“ரஜினியை ரசிக்கவிடாமல் என்னைப் பல்வேறு விஷயங்கள் ஆக்ரமித்துவிடுகின்றன. அதுதான் என் பிரச்சினை”

“எதனால் அப்படி?”

“இப்ப வரும்போது பஸ்ஸில் இடம் காலியாக இருந்தும்கூட ஒருத்தன் ஒரு பொண்ணுமேல வேணும்னே உரசிக்கிட்டு வந்ததைப் பார்த்தேன்... ஏன் இப்படி நடந்து கொள்கிறார்கள் என்று வருத்தமாகிவிட்டது. சாலையில் இசை வாத்தியம்போல ஹார்ன் அடித்துக்கொண்டு போகிறார்கள். எல்லோரையும் நிறுத்தி எதற்காக இப்படி ஹார்ன் அடிக்கிறீர்கள் என்று கேட்க வேண்டும் போல தோன்றுகிறது. ஆட்டோவில் கூடுதல் இரைச்சல் ஏற்படுவதற்காக சைலன்ஸரில் ஏதோ தகடு வைக்கிறார்கள் என்று அறிந்தேன். மனசு பதறுகிறது ஐயா”

டாக்டர் இத்தகைய கேஸ்களை நிறைய அலசியவர் போலத்தான் தலையை ஆட்டினார்.

“உங்களுக்குச் சமூக அக்கறை அதிகமாக இருக்கிறது. எல்லாம் ஒருநாளில் மாறிவிட வேண்டும் என்று அவசரப்படுகிறீர்கள். நாம் எல்லோரும் விலங்கிலிருந்து வந்தவர்கள் அநிமல் நேச்சர் நம் எல்லோரிடமும் இருக்கிறது. சிலருக்கு கொஞ்சம் கூடுதலாக இருக்கிறது. நீங்கள் கொஞ்ச நாள் டி.வி. பார்க்காமல் இருங்கள். பத்திரிகையும் படிக்காதீர்கள். எல்லாம் சரியாகிவிடும்” என்றார்.

“நான் மட்டும் படிக்காமல், பார்க்காமல் இருந்தால் போதாது. மக்களும் பார்க்காமல் இருந்தால்தான் இது சாத்தியம்”

“மற்றவர்களைப் பற்றி அதிகம் அலட்டிக் கொள்ளாதீர்கள். உங்களை மட்டும் யோசியுங்கள்”

மைக்கேல் டாக்டருக்குத் தன் நிலைமையை விவரிக்க முடியாமல் தவித்தான்.

“டாக்டர் நீங்களாவது என்னைப் புரிந்து கொள்ள வேண்டும். மக்களுக்குச் செய்தியைச் சார்ந்துதான் வாழ்க்கையே. ஓயாமல் செய்திகள் நாடி அலைகிறார்கள். ‘என்ன ஸார் கும்பகோணம் டிராஜிடியைக் கேட்டீங்களா’ என்று சகஜமாக விசாரித்துவிட்டு

அதை வளர்த்துகிறார்கள். அது மாதிரி நிகழாமல் இருக்க யோசனைகள் பரிமாறிக் கொள்கிறார்கள். நாடே சுத்த மோசம் என்கிறார்கள். அதே வேகத்தில் டி.வி. டிராமா பற்றி கொஞ்ச நேரம் பேசுகிறார்கள். யாருக்கும் நிஜமான அக்கறை இல்லை. அந்த டீச்சரைத் தூக்கில் போட வேண்டும் என்கிறார்கள். கும்பகோணம் பள்ளிக் குழந்தைகளின் சாவுக்குக் காரணமான டீச்சரையா? அல்லது மெகா சீரியலில் வரும் டீச்சரையா என்று தெரியவில்லை. இப்படியா இருப்பார்கள்? குடிநீருக்காக விழுந்து விழுந்து அலைகிறார்கள். 'நேத்து அதிகாரிகள் எல்லாம் புழல் ஏரியைப் பார்த்துவிட்டு தண்ணி குறைவா இருக்கறதால இனிமே மூணு நாளுக்கு ஒரு தரம்தான் தண்ணி விட்றதா முடிவு பண்ணியிருக்காங்களாம்' என்று பேசிக் கொள்கிறார்கள். செய்திகளைப் படித்துவிட்டுத்தான் அப்படி பேசுகிறார்கள். நீங்களே சொல்லுங்கள். அதிகாரிகள் ஆண்டுதோறும் கோடை காலத்தில் இப்படி ஏரியை எட்டிப் பார்ப்பதும் நீர் குறைந்துவிட்டதைக் கண்டுபிடிப்பதும் பிறகு மூன்று நாளுக்கு ஒருதரம் தண்ணீர் திறந்துவிடுவதும் நியாயமா சொல்லுங்கள்? மக்களுக்குப் பேசுவதற்கு ஏதோ செய்தி வேண்டும் என்பதற்காகப் பேசுகிறார்கள். இந்தச் செய்திகளுக்குப் பின்னால் இருக்கிற விபரீதம் என்னைப் பாடாய்படுத்துகிறது. இரவெல்லாம் தூக்கம் வராமல் தத்தளிக்கிறேன். என்னால் முடியவே இல்லை. நான் மட்டும் பேப்பர் படிக்காமல் இருந்தால் மட்டும் இது சாத்தியமா? மக்கள் எல்லோரும் இந்த அபத்தச் செய்திகளைப் பேசாமல் இருந்தால்தானே சாத்தியம்?"

டாக்டர் அவனைச் சற்று விபரீதமாகப் பார்த்தார். பெருந் தன்மையாகப் பார்ப்பதாகவும் இருந்தது.

"எனக்கு இந்த மாதிரி எண்ணங்களெல்லாம் இல்லாமல் செய்ய வேண்டும். செய்திகள் எல்லாம் மிகையாகவோ அல்லது தவறாகவோ இருக்கிறது. 'உடலுறவுக்குத் தடையாக இருந்ததனால் பச்சைக் குழந்தை கொலை' என்று போடுகிறார்கள். இதெல்லாம் நிஜமா? எனக்கு வேண்டாம் ஸார். இந்தச் செய்திகளின் நம்பகத்தன்மையை ஆராயும் திராணி போய்விட்டது எனக்கு. ரஜினி படம் எப்போது வரும் என்பது மாதிரியான லேசான கவலைகளைத் தாருங்கள். அது போதும்"

டாக்டர் முகத்தில் தீவிரம் கூடியது. "ஒழுங்காகப் பசிக்கிறதா?" என்றார்.

"குறிப்பிட்டுச் சொல்லும்படியாக எதுவும் இல்லை. சில நேரங்களில் பசித்து சாப்பிடுவேன். சில நேரம் சாப்பிட வேண்டிய

நேரம் என்பதற்காகச் சாப்பிடுவேன்."

மைக்கேலுக்கு வைத்தியம் பார்க்க வேண்டும் என்று முடிவெடுத்தவர் போல தலையை மேலும் கீழும் அசைத்தார். நிறைய கேள்விகள் கேட்டு கேஸ் இஸ்ட்ரி எழுதிக் கொண்டார்.

"எங்கள் மருத்துவமனையில் அனுமதியாக வேண்டுமானால் உங்கள் சார்பாக யாராவது கையெழுத்துப் போட வேண்டும். நீங்கள் தனியாக வந்திருக்கிறீர்கள். உங்கள் உறவினர் யாரையாவது நாளை அழைத்து வர முடியுமா?" என்றார்.

"சரி"

மைக்கேலின் உறவின் முறை வட்டாரம் ஊழல் புரியாதவர்கள் பட்டியல் போல குறுகியதுதான். அவர்களும் தூத்துக்குடி பகுதியில் இருக்கிறார்கள். சென்னையில் அவன் ஈடு இருக்கும் உறவினன் என்றால் அது சார்லஸ் ஒருவன்தான். தனக்கு ஏற்பட்டிருக்கும் இத்தகைய இன்னலை அவனுக்கு விளக்குவதற்கே மைக்கேலுக்குப் பெரும்பாடாக இருந்தது. "உனக்கென்னடா பிரச்சினை, ஏன் இப்படி மனசைக் குழப்பிக்கிறே?" என்றான். மைக்கேல் எம்.என்.சி. அந்தஸ்துள்ள கடன் வழங்கும் நிறுவனத்தில் காசோலையில் கையெழுத்திடும் தகுதியாளனாகப் பணியாற்றுகிறவன். 'இப்படிப் பைத்தியக்கார ஹாஸ்பித்திரியில் வைத்தியம் பார்த்துக் கொள்வது வெளியில் தெரிந்தால் அது அவனுடைய பணி சம்பந்தமான நெருக்கடிகளுக்கு வழி வகுக்கும்' என்றும் கூறினான். மைக்கேல் அந்த வேலை பற்றிக் கவலையில்லை என்றான்.

தானாகவே முன்வந்து தன் நிலை குறித்து விவரித்தற்காகப் பெருமைப்பட்டார் டாக்டர். மைக்கேலுக்கு அடக்கமான சிறிய அறையை ஒதுக்கியிருந்தார். இரண்டாவது மாடியில் சில அறைகள் சிறைகள் போலவே இருந்தன. அதனுள் இருந்தவர்கள் கம்பிகளைப் பிடித்தபடி சோர்ந்துபோய் பார்த்துக் கொண்டிருந்தனர். முதல்மாடியில் மிதவாதிகள்.. மைக்கேலைப் பொருத்தவரை மற்ற அறையில் இருப்பவர்கள் போல் பச்சை நிற அங்கியை அவன் அணிய வேண்டியதில்லை என்றும் டாக்டர் கூறியிருந்தார். சுலபமான சில யோகா பயிற்சிகள் சொல்லிக் கொடுத்தார்கள். இரவு நிம்மதியாக உறங்குவதற்கு சில மாத்திரைகள் கொடுத்தார்கள்.

இரவு இரண்டு மணிவாக்கில் ஏதோ சலசலப்பு கேட்டு விழித்தான். சற்றே பிரச்சினைகளிலிருந்து விலகியிருப்பதில் மைக்கேலுக்கு ஒரு

சுகம் இருந்தாலும் சமூகத்திலிருந்து ஒதுங்கியிருப்பது தீர்வல்ல என்றும் சமூகத்தை எதிர் கொள்ளத் தயங்குவது அவமானமாகவும் தோன்றியது. இப்போது சலசலப்பு அதிகமாகக் கேட்டது. யாரோ அலறும் சப்தமும் சிலர் ஓடுவது போலவும் யூகிக்க முடிந்தது. மைக்கேல் எழுந்து வெளியே வந்தான். பச்சை நிற அங்கி அணிந்த நோயாளி ஒருவரை ஐந்தாறு சேவகர்கள் சுவர் ஓரமாகத் தள்ளி அழுத்திப் பிடித்துக் கொண்டிருந்தனர். நோயாளி பயந்துபோய் குண்டுகட்டாக அமர்ந்திருந்தார்.

மைக்கேல் “ஏன் அவரைக் கஷ்டப்படுத்துகிறீர்கள்?” என்றான்.

சேவகர்கள் மைக்கேலே ஆச்சர்யமாகப் பார்த்தனர். ‘இந்த நேரத்தில் எப்படி வெளியே வந்தாய் நீ?’ என்பதான ஆச்சர்யம்.

“விடுங்கள் அவரை” என்றான்.

அலட்சியத்துடன் மைக்கேலின் கையைத் தட்டிவிட்டான் ஒருவன். மைக்கேல், “அவரை என்னிடம் விடுங்கள் சமாதானப்படுத்துகிறேன். முரட்டுத்தனம் வேண்டாம்” என்று சொல்லிக் கொண்டிருக்கும்போதே ஒருவன், “நீ எப்படி வெளியே வந்தே? மாத்திரை போட்டியா இல்லையா?” என்றான்.

“வெளியே வருவதற்கு தடை எதுவும் சொல்லவில்லையே... மாத்திரை போட்டுக் கொண்டனே”

“பச்சை கவுன் எங்கே?”

“டாக்டர் வேணாம்னு சொல்லிட்டாரு”

சேவர்கள் ஒருவரை ஒருவர் நமட்டுச் சிரிப்புடன் பார்த்துக் கொண்டனர். “டாக்டர் சொன்னாரா? அப்படினா நீ டாக்டராதான் இருக்கணும். நாளைல இருந்து டாக்டர் ட்ரஸ் போட்டுக்க... இப்ப இந்த ட்ரஸ்ஸைப் போட்டுக்க” அங்கே மாட்டி வைத்திருந்த ஒரு பச்சை கவுனை எடுத்து வந்து கொடுத்தான். அது பெனாயில் வாசனை அடித்தது.

“விளையாட்டில்லை.. டாக்டர்தான் சொன்னார்...”

“சரி... சரீய்... எல்லாம் காலைல பேசிக்கலாம். முதல்ல நீ இதப் போடு”

“இதை அணிந்து கொள்வதில் பிரச்சினை எதுவும் இல்லை. ஆனால் டாக்டர் அனுமதிச்சதை நீங்க ஏன் மறுக்கிறீங்க? அதுவுமில்லாம என்னை ஒருமையில அழைக்கிறதும் சரியில்லை”

எதிரில் நின்றிருந்தவன் ஆழ்ந்த பெருமூச்சு விட்டான். இவனை இப்படி டீல் செய்யக்கூடாது என்ற தலையசைப்பு.

சுவரோரமாக ஒடுங்கி உட்கார்ந்திருந்த நோயாளியை ஓர்

அதட்டல் போட்டு அங்கேயே இருக்கச் சொல்லிவிட்டு, எல்லோரும் மைக்கேல் பக்கம் திரும்பினர். ஒருவன் சட்டென மைக்கேலின் முஷ்டியை முறுக்கி பின்பக்கம் மடித்தான். ஒருவன் அப்படியே தலையை அழுத்தி "பெசாம உட்காரு" என்றான்.

அதற்குள் ஒருவன் வேகமாக பச்சை அங்கியை எடுத்து அதில் மைக்கேலைச் சொருகினான்.

தன்னைத் தவறாக நடத்துவதைப் புரிந்து கொண்டு மைக்கேல் சுதாரிப்பதற்குள் அவனுடைய லுங்கியை நட்ட நடுஹாலில் அவிழ்த்தெறிந்தான் ஒரு சேவகன். இந்தக் களேபரத்தில் ஒடுங்கி உட்கார்ந்திருந்தவன் அஞ்சி ஓட ஆரம்பித்தான். சேவகர்களின் கோபம் இரட்டிப்பாகிவிட்டது. மைக்கேலை இழுத்தபடியே ஓடியவனை விரட்ட ஆரம்பித்தனர். எதிர்பார்க்காத இந்த வன்முறை யினால் வசமிழந்து போனான் மைக்கேல். நிறைய சிராய்ப்புகளால் வலி பொறுக்க முடியாமல் திமிறினான். அதற்குள் ஒருவன் அவனை அவசரப்பட்டு அடிக்கவும் செய்தான்.

"என்ன நடந்தது மைக்கேல்?" என்றார் டாக்டர்.

மைக்கேல் ரொம்பவும் தொய்ந்து போயிருந்தான். இரவு நடந்த களேபரம், அதன் பிறகு போட்ட இன்ஜெக்ஷன் எல்லாம் அவனை எதையுமே சிந்திக்கவிடாமல் செய்தன. பிரயத்தனப்பட்டுப் பேச வேண்டியிருந்தது.

"அந்த நோயாளியிடம் அவர்கள் கொஞ்சம் மனிதாபிமானத்தோடு நடந்து கொண்டிருக்கலாம். அதனால்தான் பிரச்சினையே"

"நேற்று நீங்கள் செய்த குளறுபடியால் அந்த நோயாளி மருத்துவமனையை விட்டே ஓடிவிட்டார். அதனால்தான் உங்களிடம் அப்படி நடந்து கொள்ள வேண்டியதாகிவிட்டது..."

"இல்லை... என்னிடம் அப்படி நடந்து கொண்டதால்தான் அவர் ஓட வேண்டியதாகிவிட்டது"

"இரண்டும் ஒன்றுதான். காவல்துறையில் கம்ப்ளென்ட் செய்திருக்கிறோம். இனி இப்படிப்பட்ட விஷயங்களில் தலையிடாதீர்கள்" என்றார். அவருடைய குரலில் உஷ்ணம் தெரிந்தது. இரண்டும் ஒன்றா என்பதைப் பற்றி யோசிக்க திராணியில்லாமல் இருந்தான் மைக்கேல்.

அவனை அறைக்கு அனுப்பிவிட்டு வெளியே அமர்ந்திருந்த சார்லஸை அழைத்தார். "நல்லவேளை நல்ல நேரத்தில் இங்கே அனுமதித்தீர்கள். இல்லையென்றால் அவர் ஸ்பிலிட் பர்ஸனா

லிட்டியாக மாறுவதற்கு வாய்ப்பிருந்தது. நேற்று தூங்குவதற்கு சப்ரஷன் டேப்ளட்ஸ் ஹெவி டோஸ் கொடுத்திருந்தேன். இரண்டு மணிக்கெல்லாம் எழுந்து உட்கார்ந்து கொண்டு இந்தப் பாடு படுத்தியிருக்கிறார். அவருக்கு எவ்வளவு நாளா இப்படியிருக்கு?"

காட்சிகள் எப்படி மாறுகின்றன. நான் எங்கே அனுமதித்தேன். அவன் தானாக வந்துதானே அனுமதியானான் என்பதை சார்லஸ் சொல்லவில்லை.

"எப்படி?"

"இந்த மாதிரியான சோஷியல் டிப்ரஷன்... சமூக கவலை?"

"சின்னவயசிலிருந்தே நாடு நல்லா இருக்கணும்னு சொல்லுவான் சார்"

"க்ரானிக்... ஐ ஸீ... இன்னைக்கு இன்னும் கொஞ்சம் கவனமா இருப்போம். இந்த மாதிரி ஆசாமிகள் சிலருடைய மன எழுச்சியைக் கட்டுப்படுத்த மாத்திரைகள் மட்டும் போதுமானதாக இருக்காது. சங்கிலியால கட்டி வைக்க வேண்டியிருக்கும். உங்கள் நண்பருக்கு அந்த நிலை ஏற்படாம பாத்துக்கிறேன் போதுமா?"

"என்னால் நம்பவே முடியல ஸார்" என்று திகைத்த சார்லஸ் அவனைப் பழையபடி வீட்டுக்கே கூட்டிச் சென்றுவிடலாமா என்று யோசனை கேட்க அஞ்சி, "அவன் ரொம்ப நல்லவன் ஸார்" என்றான். அதாவது அவனை விட்டுடுங்க ஸார் என்ற தொனியில் அதைச் சொன்னான்.

டாக்டர் பயப்பட வேண்டியதில்லை நான் பாத்துக்கிறேன் பாணியில் கண்மூடி தலையசைத்துவிட்டு "ரொம்ப நல்லவனா இருக்கறதும் மனநல குறைபாடுதான்" எனப் புன்னகைத்தார்.

எல்லோரும் ரொம்ப நல்லவர்களா இருப்பதுதானே நல்லது என்று சார்லஸ் மனதில் ஓர் இயல்பான கேள்வி எழுந்தது. நல்லவர்கள் குறைவாகவும் கெட்டவர்கள் அதிகமாகவும் இருப்பதுதான் பிரச்சினையோ.. இருக்கும் கொஞ்சம் நஞ்சம் நல்லவர்களைக் கெட்ட வர்களாக மாற்றிவிடுவதற்குத்தான் இந்த மாதிரி ஆஸ்பித்திரிகள் கட்டியிருக்கிறார்களோ என நினைத்தான். சார்லஸின் சிந்தனை யோட்டத்தை ஊடுருவிப் பார்த்துக் கொண்டிருந்தார் டாக்டர். நம்மையும் இங்கே அறையில் அடைத்துவிடுவார்களோ என்ற அச்சம் சார்லஸை திடீரென உலுக்கியது.

'வரேன் ஸார்' என்று கூட சொல்லாமல் வெளியேறினான்.

மைக்கேல் தன் அறையில் இருந்து ஜன்னல் வழியே சாலையைப்

பார்த்தான். எதிர்ப்புற சுவரில் 100 என்ற எண்ணின் மீது நடிகன் ஒருவன் சாய்ந்து நின்று கொண்டிருந்தான். அவன் நடித்த படம் நூறுநாள்கள் ஓடியிருக்கிறது என்பது புரிந்தது. தெருவில் வண்டியில் ஒருவன் வாழைப்பழம் விற்றுக் கொண்டுபோனான். உச்சி வெயில். அந்தப் படம் நூறுநாள் ஓடக் காரணமானவனில் ஒருவனாக இருக்கக் கூடும் என்று நினைத்தான் மைக்கேல்.

நாமும் இந்த நூறாவது நாள் விழாவில் மகிழ்ந்து கிரிக்கெட் பார்த்து ஆர்ப்பரித்து வாழ வேண்டும் என்று மைக்கேல் ஆசைப்பட்டான்.

யாருமற்ற வெயில் வெளியில் "வாழேப் பழம்" அநாவசியமாகக் கத்திவிட்டு வெறித்தபடி காத்திருந்தான் வாழைப் பழம் விற்பவன்.

குங்குமம் வார இதழ்– 2005

எட்டாயிரம் தலைமுறை

எட்டாயிரம் தலைமுறைக்கு முன்னால் எங்கள் பரம்பரையில் நிகழ்ந்த கதை இது. வெளியில் சொல்ல வெட்கப்பட்டோ, இதையெல்லாம் யாரும் நம்ப மாட்டார்கள் என்றோ எங்கள் குடும்ப வாரிசுகள் அன்றி வேறு யாருடனும் இதைப்

பகிர்ந்து கொள்வதில்லை. எட்டாயிரத்து ஒன்றாம் தலைமுறையில் இது வெளியுலகுக்குத் தெரிய வருகிறது.

ராமானுஜர் தனக்குப் புண்ணியம் கிடைக்கவில்லை என்றாலும் பரவாயில்லை என்று சொர்க்கத்துக்குப் போகும் மந்திரத்தை கோபுரத்தில் ஏறி மக்களுக்குச் சொன்னது போல நானும் சொல்லும் முடிவுக்கு வந்துவிட்டேன்.

முந்தாநாள் கிடைத்த இந்திய சுதந்திரத்தைப் பற்றியே ஆளாளுக்கு முரண்பாடுகள் சொல்லிக் கொண்டிருக்கும்போது இந்த எட்டாயிரம் தலைமுறைக் காதலில் எத்தனைக் கண்கள், காதுகள், மூக்குகள் ஜோடிக்கப்பட்டிருக்கும் என்று பயப்பட வேண்டாம். இதில் மூதாதையரின் சொந்தக் கற்பனைகளோ, சொந்தச் சரக்கோ கலந்திருக்க வாய்ப்பில்லை. அதனால் அவர்களுக்கு எந்த ஆதாயமும் இல்லை என்பதோடு நான் அறிந்த வரை என் தாத்தா என் அப்பாவிடம் சொல்லியதைத்தான் சத்தியமாக உங்களிடம் பகிர்ந்து கொள்ளப் போகிறேன். ஓர் உண்மை இந்தச் சுயநல உலகத்தில் மூன்று தலைமுறையாக ஒரே மாதிரியாக இருப்பதே அசாதாரணம். அப்படியிருக்க இதற்கு முந்தைய அப்பழுக்கற்ற மனிதர்களின் யுகத்திலும் அதற்கும் முந்தைய மொழியே உருவாகாத காலத்திலும் எந்தக் கற்பனையும் கலப்படமாகியிருக்காது என்றே உறுதியாகத் தோன்றுகிறது.

விஷயத்துக்கு வருகிறேன்.

என் தாத்தா தன் ஏழாயிரத்து தொள்ளாயிரத்து தொன்னூற்று ஒன்பதாவது தலைமுறையில் இந்தக் கதையை என் அப்பாவடம் சொல்லிக் கொண்டிருந்தபோது நான் ஒட்டுக் கேட்டுவிட்டேன். ஒரு தலைமுறைக்கு முப்பது ஆண்டுகள் என்று கணக்கிட்டாலும் இருபத்து நான்கு ஆயிரம் ஆண்டுகள் முந்தைய கதை இது.

சொல்லப் போனால் அப்போது தமிழ் மொழிகூட எழுத்துக்களை உருவாக்கியிருக்கவில்லை. எழுத்து என்ன எழுத்து? தமிழன் ஒரு கோடு போடுவதற்குக்கூட அறிந்திருக்கவில்லை. காட்டெருமை ஒன்றை கற்களால் அடித்து வீழ்த்தி ரத்தம் சொட்ட சொட்ட அதைக் குகைக்கு இழுத்து வந்தபோது மண் புழுதியில் ரத்தத்தால் ஏற்பட்ட கோடு அந்தக் கூட்டத்தில் இருந்த ஒருவனுக்குப் பிரமிப்பை ஏற்படுத்தியது. விரலால் காட்டெருமை ரத்தத்தைத் தொட்டு குகையிலும் இங்கும் அங்கும் கோடுகள் போட்டான். அவனுக்குப் பிரமிப்பு தாளவில்லை. திகைத்துப் போய் அந்தக் கோடுகளைப் பார்த்துக் கொண்டிருந்தான். ரத்தத்தை இப்படி விரயமாக்குவதற்காக சக கூட்டாளியின் கோபமான

கர்ஜனைக்கு ஆளானான் அவன். அந்த கர்ஜனையை தமிழ் கர்ஜனை என்றுதான் இன்று நினைக்கத் தோன்றுகிறது.

மொழியோ, ஆடையோ, கலாபூர்வமான சிந்தனைகளோ இன்றி அந்தக் கூட்டத்தினர் வாழ்ந்த பிரதேசமோகூட எது என்று இன்று அறுதியிட்டுக் கூற முடியவில்லை. ஹரப்பா, மொஹஞ்சதாரோ பகுதியா அதற்கும் மேலே இருக்கும் பிராந்தியமா என்று தெரியவில்லை.

நல்ல நிலவொளியில் காட்டெருமை இறைச்சியைப் புசித்துவிட்டு குகைவாசலில் ஆளுக்கொரு தினுசாக மல்லாந்திருந்த வேளையில் எதிர்ப்பாறையில் சாயந்திருந்த இளம்பெண் புது தினுசாகத் தெரிந்தாள் நம் கதாநாயகனுக்கு. நிலவொளியின் ஒளிவிளிம்பாகத் தெரிந்தாள் நாயகி.

ஆரம்பத்தில் எதேச்சையாகப் பார்த்த அவனுக்கு அந்தப் பெண்ணின் ஒளிவளைவுகளில் ஏதோ வசீகரம் ஏற்பட்டு மீண்டும் மீண்டும் பார்த்தான். இதற்கு முன்பெல்லாம் பசி நேரத்தில் அகப்படும் ஏதோ கிழங்கு வகைகளோ, முயலோ அவனை அப்படிப் பார்க்கத் தூண்டியிருந்தாலும் இது வித்தியாசமான பார்வை என்பது அவனுக்குப் புரிந்தது. மற்றவர் யாரும் தம்முடைய நடவடிக்கையை வித்தியாசமாகப் பார்க்கிறார்களோ என்றும் சுற்றும் முற்றும் பார்த்துக் கொண்டான். இனப்பெருக்க வேட்கை போன்ற வழக்கமான உணர்வுகள் போல் அவள்மீது தாவாமல் வெறுமனே ‘ஏக்கப் பார்வை’ பார்த்துக் கொண்டிருக்க வேண்டும் என்பது அவனது நோக்கமாக இருந்தது. (லவ் அட் ஃபர்ஸ்ட் சைட்... சரியாகச் சொல்லப்போனால் ஃபர்ஸ்ட் ஃபர்ஸ்ட் அடிக்கப்பட்ட ஃபர்ஸ்ட் சைட்– இது என் சொந்தச் சரக்கு) இப்படி அடைப்புக்குறிக்குள் வருவது என் மூதாதையர்களால் பயன்படுத்தப்பட்டவை அல்ல எனக் கொள்க.

இது என்ன மாதிரியான உணர்வு என்பதை அவனது மூளையால் இனம்காண முடியாமல் மகா அவஸ்தையோடு திடீரென்று கத்தினான். ஒருவிதமான ஊளை. மனித சமூகத்துக்கு முற்றிலும் புதியது அது. காலைப் பின்னிக் கொண்டு பாறை மீது சாய்ந்திருந்த பெண்ணுக்கு இந்த ஊளைச் சத்தம் தன் பொருட்டு எழுந்ததுதான் என்பது புரிந்து, சட்டெனத் திரும்பிப் பார்த்தாள்.

அவளுடைய தோரணையும் நிலவொளி அவள் மீது ஏற்படுத்தியிருந்த ஒளித்தடயமும் நம் கதாநாயகனைப் பாடாய்

படுத்தியது. அவளை.... அவள் இருக்கும் காட்சியை எப்படியாவது பதிவு செய்ய வேண்டும் என்ற பொருள்படும்படியான ஒன்று அவன் மூளையில் ஒரு சலனத்தை ஏற்படுத்தியது. சிந்தனையின் அழுத்தத்தால் திணறினான்.

(அவளை எழுதுகோலால் கவிதையாக வடிக்கவோ, இசைக் கருவி கொண்டு சங்கீதமாக வாசிக்கவோ, தூரிகைக் கொண்டு ஓவியமாக்கவோ அவன் நினைத்திருக்கக் கூடும்.)

ஆவேசமாக ஒரு கூரான கல்லை எடுத்தான். மிகுந்த சிரமப்பட்டு அவன் அமர்ந்திருந்த பாறையின் மேல் பெருக்கல் குறி போல ஒன்றைக் கீறினான். அந்தப் பெருக்கல் குறிக்கு மேலே வட்டம் போட்டான். அவள் அமர்ந்திருக்கும் காட்சியைத்தான் அப்படிப் பதிவாக்கினான்.

அவள் அடைந்த பூரிப்பில் தலை, தாடி, வயிறு என்று பல இடங்களில் தானே பிராண்டிக் கொண்டான்.

ஒரு பெண்ணின் அழகைக் கண்டு மயங்கி மனிதன் படைத்த முதல் படைப்பு அது. மனிதன், கல் ஆயுதங்களைப் பயன்படுத்தத் தெரிந்த தொழிலாளியாகி, இப்போது கலைஞனாகவும் மாறிவிட்டான் என்பதைக் கொண்டாடத் தெரியாத அவனுடைய சகக் கூட்டம் மிதப்பமான குறட்டையில் அயர்ந்து கிடந்தது.

நம் நாயகனின் படைப்பு சார் பூரிப்பால் ஏற்பட்ட குதியாட்டம் நாயகிக்கு 'இது என்னடா இம்சை' என்பது போன்ற கவன ஈர்ப்பை ஏற்படுத்தியது. அவள் அப்படியே முட்டிப் போட்டு நகர்ந்தவாறே நம் நாயகனை நெருங்கி, அவன் பாறையில் ஏற்படுத்தியிருந்த படைப்பை, சித்திரத்தைப் பார்த்தாள்.

அவள் கண்களில் திகைப்பு. அவன் படைத்தது என்ன என்று புரிந்துவிட்டது அவளுக்கு. முதல் வாசகி. முதல் ரசிகை, முதல் விமர்சகி.

(எத்தனையோ இஸங்களாக, இலக்கிய சர்ச்சைகளாக, காப்பியங்களாக தமிழும் அதன் இலக்கியங்களும் கால ஓட்டத்தில் செய்யவிருக்கிற அதி அற்புதமான மாற்றங்களை யூகிக்க முடியாத ஆதி மனித ஆச்சர்யம் அது.)

பாராட்டும் விதத்திலோ, நன்றி தெரிவிக்கும் பொருட்டோ பூனைபோல அவனை உரசினாள் அவள்.

மறுநாள் காலை–

குகை வாசல் முட்புதர்களை அகற்றிக் கொண்டிருந்தான் நாயகன். அந்த மனிதக் கூட்டம் வசித்து வந்த குகைப் பகுதியில் நிரந்தரமான

ஒரு பெருந் தொல்லை நிலவி வந்தது. விலங்குகளிடமிருந்து ஏற்பட்ட தொல்லையைவிட கொடுமையானதாக இருந்தது அது. எந்த விலங்கும் ஒருமுறைக் கல்லால் அடித்துக் கொல்லப்பட்ட பின் மீண்டும் உயிர் கொண்டு வருவதில்லை. அந்த இனம் படாத பாடுபட்டுக் கொண்டிருந்தது முட் செடிகளால். எவ்வளவு வெட்டியெறிந்தாலும் மீண்டும் மீண்டும் துளிர்த்து வந்தன. குகையைச் சுற்றி புதர் மண்டிக் கிடக்கும் அந்த முட் செடிகளால் நம் வசிப்பிடம் இன்றி அழிந்துவிடும் அபாயமிருப்பதாக சைகளால் சொல்லியிருந்தாள் அவர்களின் குழுத் தலைவி. (அப்போது தாய்வழி சமூக அமைப்பு நிலவியது.) குழுவுக்காகச் சிந்திப்பது அவள்தான். மற்றவர்கள் அந்தச் சிந்தனையைப் புரிந்து கொண்டு செயல்படுகிறவர்களாக இருந்தார்கள். ஆகவே பசியாறுதல், இனப் பெருக்கம் செய்தல், ஓய்வெடுத்தல் போன்ற இயல்பான உணர்ச்சிகளோடு தீ மூட்டுதல், முட் செடிகளை அழித்தல் போன்ற கடமைகளும் அவர்களுக்கு இருந்தது. இந்த இனக் கரிசனம் காரணமாக உந்தப்பட்டு புதர்களை வேரடி மண்ணாக அழித்துக் கொண்டிருந்தான் நாயகன்.

நம் நாயகியும் அங்கே வந்து சேர்ந்தாள். அந்தப் பெருக்கல் குறி ஓவியம் அவன் மீது அவளுக்கு மரியாதையை ஏற்படுத்தியிருந்தது. எதிர் பார்க்காத வண்ணம் அவனை நோக்கி பற்களைக் காட்டினாள். நம் நாயகனுக்கு அது ஓநாயின் சீற்றத்தை ஞாபகப்படுத்தியது. பயந்துதான் போனான். ஆனால் காலையில் புதிதாகப் பார்ப்பதற்கு அடையாளம் போல அப்படிச் செய்தாள். பதிலுக்கு நாயகனும் அப்படிச் செய்தான். (பிற்காலங்களில் இச் செய்கைக்குப் புன்னகை என்று பெயரிட்டனர்.)

நாயகன் வெட்டியெறிந்த செடிகளில் வண்ணமயமான ஒரு பகுதி அவளை வசீகரித்தது. அது அந்த முட் தாவரத்தின் பூ என்பதை அவர்கள் அறிந்திருக்கவில்லை. அவள் இன்னும் சற்று நெருங்கி வந்து அந்தப் பூக்களை மட்டும் தனியே கிள்ளி எடுத்தாள். கை நிறைய பூக்களோடு அவள் நிற்பது அவனுக்குப் பயங்கரமான கிளர்ச்சியை உண்டு பண்ணியது. மீண்டும் ஒரு சித்திரம் தீட்டும் நிலைக்கு அவன் தள்ளப்பட்டான். உடனே அவளை அந்தப் பூக்களோடு குகை வாசலுக்கு இழுத்து வந்தான். அவன் இனப் பெருக்க வேட்கைக்காக இழுக்கவில்லை என்று புரிந்தது அவளுக்கு. அவன் இழுவைக்கு ஏற்ப அவளும் நகர்ந்தாள். அவளை ஓரிடத்தில் நிறுத்தி ஒரு கூரான கல்லை எடுத்து சித்திரம் கீறத் தொடங்கினான்.

மிகத் திருப்திகரமாக உருவான கீறல். அவனாலேயே நம்பமுடியவில்லை. ஒரு சிறிய வட்டமும் அதிலிருந்து கீழ் நோக்கி அமைந்த ஒரு கோடும் போட்டிருந்தான். அந்தக் கோட்டின் மையத்தில் இருந்து குறுக்காக ஒரு கோடு இழுத்தான். அவனாலேயே நம்ப முடியவில்லை. மிகத் தத்ரூபமாக அமைந்துவிட்டது. இதில் வியப்புக்குரிய விஷயம் என்னவென்றால் அந்த ஓவியத்தை நம் நாயகியும் புரிந்து கொண்டதுதான். பிரமிப்பின் எல்லையில் ஒருவித பரவசம் ஏற்பட்டு இருவரும் ஒருவரை ஒருவர் பார்த்துக் கொண்டனர். ஒருவழியாகக் கீறி முடியும் தறுவாயில்தான் தங்களைச் சுற்றி நம் இன மக்கள் சூழ்ந்து நின்று கொண்டிருப்பது அவர்களுக்குத் தெரியவந்தது.

இன மக்களின் கண்களில் மிரட்சியும் பரிதவிப்பும் தெரிந்தது.

தலைவி மிகுந்த ஆவேசத்துடன் ஒரு கல்லை எடுத்து நாயகன் மீது ஏறிந்தாள். சுற்றி நின்றிருந்த மற்றவர்களும் சற்றே யோசித்து ஆளுக்கொரு கல்லை கையில் ஏந்தினர். தங்கள் குல எதிரியாகக் கருதி வந்த முட்செடியின் ஒரு பகுதியை ஒரு பெண் கையில் சுமந்து கொண்டிருப்பதும் அதை ஒருவன் குகையில் சித்திரமாகத் தீட்டிக் கொண்டிருப்பதும் ஒரு பேராபத்தின் முன் அறிவிப்பாகத் தோன்றியது அவர்களுக்கு.

எல்லோரும் சொல்லி வைத்தது மாதிரி கற்களை ஏறியத் தொடங்கினர். உருட்டுக்கட்டைக் கொண்டு அவர்களைக் கொன்றுவிடும் நோக்கத்தில் சிலர் பாய்ந்தனர். பூக்களை வைத்திருந்த நாயகனுக்கும் நாயகிக்கும் தங்களுக்கு ஏற்பட்டிருக்கும் பேராபத்து புரிந்து ஓட ஆரம்பித்தனர்.

தங்கள் கூட்டத்தைவிட்டு வெகுதூரம் ஓடினர். வேறொரு குகையில் வாழ்க்கையைத் தொடங்கினர். முட் செடியைப் பயிரிட்டு மகிழ்ந்தனர். பிற்காலங்களில் அது ரோஜா என்று பெயர் பெற்றது. இப்போதும் காதலின் அடையாளமாகப் போற்றப்பட்டு வருகிறது.

புதுக் குகையில் வாழ்க்கையைத் தொடங்கிய அவர்களுக்கு ஒரு குழந்தை பிறந்தது. அந்தக் குழந்தைக்கு (8000 மைனஸ் 1 தலைமுறை) ஏகப்பட்ட சைகைகளின் மூலமாகவும் சித்திரக் கோட்டு ஓவியங்கள் மூலமாகவும் தங்கள் கதையைச் சொன்னான் நம் நாயகன். தொடர்ச்சியாக இந்தக் கதை ஒவ்வொரு தலைமுறைக்கும் சொல்லப்பட்டது.

இந்தக் கதையின் அடையாளமாகத்தான் எங்கள் வீட்டுத் தொட்டியில் ஒரு ரோஜா செடி இருக்கிறது எப்போதும். இப்படி

ரோஜா வளர்ப்பவர்கள் அனைவருமே அந்தப் பரம்பரையில் வந்தவர்கள்தான்.

புதிய பார்வை இதழ்– 2004

அடுத்த பக்கம் பார்க்க

பாவம்... இன்னும் சொல்லவில்லை. சொன்னால் இடிந்து போகும். வந்ததிலிருந்து தவித்துக் கொண்டிருக்கிறது. முப்பது முத்தம் கணக்காயிருக்கிறது. "வீணையடி நீ எனக்கு" என்று பாட்டு பாடுகிறது. 'ஆடி மாதம். ஒரு மாத அஞ்ஞாத வாசம். உன்னையும் என்னையும்

பிரித்து இன்றோடு முப்பதாறு நாட்கள். உன்னைப் போல் நானும் கணக்கு வைத்திருக்கிறேன் கண்ணா... நீ நேற்று வந்திருக்க வேண்டும். முப்பத்தாறோடு இன்னொரு மூன்று நாள்களைக் கூட்டிக்கொள்.

தாழ்வாரத்தில் இருந்து பார்க்கிறபோது அது படித்துக் கொண்டிருப்பது தெரிகிறது. பாவம், வெகுநேரமாகப் படித்துக் கொண்டிருப்பது மாதிரி பாசாங்கு செய்து கொண்டிருக்கிறது.' செண்பகத்துக்கு தன் கணவனுக்கு இன்னும் சற்று நேரத்தில் தரப்போகிற ஏமாற்றத்தை நினைத்து கொஞ்சம் சிரிப்பாகவும் இருந்தது.

செண்பகம் மாட்டுத் தொழுவத்தில் எரிந்து கொண்டிருந்த விளக்கை அணைத்துவிட்டு, புழக்கடை கதவு பூட்டப்பட்டு விட்டதா? என்று பார்த்தாள். வழக்கமாக இதையெல்லாம் அவள் பார்ப்பதில்லை. செண்பகத்தின் அம்மா பார்த்துக் கொள்கிற வேலைகள். நேரம் கடத்துவதற்காக இதையெல்லாம் செண்பகம் செய்து கொண்டிருந்தாள். வழக்கமாகக் காலையில் தேய்க்கிற பாத்திரங்களையும், எடுத்துப் போட்டு இப்போதே தேய்த்தாகிவிட்டது.

கட்டிலறைக்குப் போகாமல் இருக்க இன்னும் ஏதேனும் வேலைகள் இருக்குமா? என்றும் பார்த்தாள். அது மூடிதான் இருந்தது.

ஏற்கனவே, அவள் அம்மாவும் அப்பாவும் தூங்கியாயிற்று. ஒன்பதாகிவிட்டது.

'தான் மட்டும்தான் இப்போது ஊரில் விழித்துக் கொண்டிருப்பவளோ என்று கூட தோன்றியது.

மெல்ல கட்டில் இருந்த அறைப் பக்கம் வந்து நின்றாள்.

சந்திரன் காத்திருந்தவன் மாதிரி நிமிர்ந்தான். "முடிஞ்சுதா?... இன்னும் வேலை பாக்கியிருக்கா?" என்றான்.

செண்பகம் இன்னமும் வாசல் படியைப் பிடித்துக் கொண்டே நின்றாள். "நீ இன்னும் தூங்கலையா?" என்றாள். அதற்குள் அவளுக்குச் சிரிப்பு வந்தது.

சந்திரன், "விளையாட்றாயா?" என்றான்.

"இல்லப்பா... நிஜமாதான். நீ ஏன் தூங்கல?"

கொஞ்ச நேரம் பார்த்தான். "ஏன் தூங்கலையா? இங்க வா சொல்றேன்" என்று எழுந்தான்.

இன்னும் சொல்ல முடியவில்லை. சந்திரன் எழுந்து வந்து பலாத்காரமாய்த் தூக்கிக் கட்டிலில் போட்டான்.

"ஹேய்... நா சொல்றத...." என்று ஆரம்பித்தவளை முத்தத்தால்

அடக்கினான்.

பிறகு "சொல்லு?" என்றான்.

"நா இன்னைக்கு கீழ படுத்துக்கிறேன். நீ மட்டும் 'கட்டில்ல படுத்துக்க..."

முகம் வாடிப் போய்விட்டது. இன்னேரம் அதற்குப் புரிந்திருக்க வேண்டும். இருந்தாலும் சைகையிலேயே... 'ஏன்?' என்றது.

தலையில் எண்ணெய் தேய்ப்பது மாதிரி பாவனை செய்தாள். இடுப்பைச் சுற்றியிருந்த சந்திரனின் கைகள் இறுக்கத்தைத் தளர்த்தின. பரிதாபமாய் செண்பகத்தின் முகத்தைப் பார்த்தான்.

"ஹேய்?... பொய்தானே?"

செண்பகத்துக்கு மிகவும் பரிதாபமாய் இருந்தது. சிரிப்பு வரவில்லை. சிரிப்புக்கு நடுவே "நிஜமாத்தான்" என்றாள்.

அப்படியே சரிந்து தலையணையில் விழுந்தான்.

பேச்சில்லை... 'வீணையடி...' பாட்டில்லை. சிரிப்பில்லை. அசையாது படுத்திருந்தான்.

செண்பகம் தலைமாட்டில் தட்டில் இருந்த அதிரசத்தை இவன் பக்கம் எடுத்து வைத்து "சாப்பிடு" என்றாள்.

சந்திரன், ஏமாற்றத்தை மறைக்க முயன்று "ஏற்கனவே அஞ்சு சாப்டாச்சு" என்றான்.

செண்பகம் எழுந்து விளக்கை அணைத்துவிட்டு ஃபேன் ரெகுலேட்டரை மூன்றுக்குத் திருப்பிவிட்டு வந்து படுத்தாள்.

அரைமணி நேரமாய்த் தூங்குவதற்கு முயன்று, 'சர்ட்டி'லிருந்து சிகரெட்டையும், தீப்பெட்டியும் எடுத்துக் கொண்டு மாடிக்குப் போனான். எத்தனை சிகரெட் எடுத்துக் கொண்டு போவது என்று தெரியவில்லை. அரைமணி நேரம் கழிச்சு திரும்பி வந்தான். மறுபடியும் புழக்கடை கதவைத் திறந்து வெளியே போனான். இன்னொரு அரை மணிநேரம்... பக்கத்தில் வந்து படுத்தான்.

செண்பகம் "கோவமா?" என்றாள்.

"சேச்சே... வயிறு ஒரு மாதிரியா இருந்தது... அதான் வெளிய போயிட்டு வந்தேன்... தலைவலி வேற... நீ ஏன் தூங்கலை?"

செண்பகத்துக்குத் தூக்கம் சொக்க ஆரம்பித்தது.

ஏதோ மாடு ஒன்று கத்துவது மாதிரி கனவு கூட வந்தது. திடுக்கிட்டு எழுந்தாள். பக்கத்தில் மறுபடியும் சந்திரன் இல்லை. பாத்திரம் தேய்க்கிற இடத்தில் யாரோ ஓக்களிப்பது கேட்டது, செண்பகம் விளக்கைப் போட்டுவிட்டு, பார்த்தபோது... சந்திரன்.

"என்னாச்சு?" என்று ஓடிபோய் அவன் காதை இரண்டு

கைகளாலும் அழுத்திக் கொண்டு கேட்டாள்.

"ஒண்ணுமில்லை.... வாந்தி... நீ தூங்கறதானே?... அதர்சம் ஒத்துக்கலை..." என்றான்.

"ஹாஸ்பிடலுக்குப் போலாமா?"

"ச்சம்.... அதெல்லாம் ஒண்ணும் வேணாம்" என்று முடிப்பதற்குள், "இன்னாப்பா ஆச்சு?" என்று பெரிய ரூமில் இருந்து செண்பகத்தின் அப்பாவும் அவருக்குப் பின்னால் புடவையைச் சரி செய்து கொண்டு அம்மாவும் தோன்றினார்கள்.

"ஒண்ணுமில்லை... ஒண்ணுமில்லை" என்று சுதாரித்து எழுந்தான் சந்திரன்.

"இவருக்கு வயிறு சரியில்லை" என்று வெளியே போய்விட்டு வந்தாரு... படுத்து கொஞ்ச நேரம்கூட ஆகலை, அதுக்குள்ள வாந்தி... அதர்சம் ஒத்துக்கலை" என்று விளக்கினாள் செண்பகம்.

'ஒண்ணுமில்லை'னு சொல்லிக் கொண்டிருக்கும்போதே செண்பகம் இந்த அளவுக்கு விளக்கிக்கொண்டிருப்பது எரிச்சலாக இருந்தது.

"அஜீர்ணமாயிட்டு இருக்குது! சோடா வாங்கியாறட்டுமா மாப்பிள்ளை?"

"இந்த ராத்திரிலையா?"

"அட, கதவ தட்டினா எடுத்துக் குடுப்பான்"

"வேணாம்... வேணாம் காலைல பாத்துக்கலாம். நீங்க போய்ப் படுங்க"

ராத்திரியில் இப்படிப் பலரும் தன் விஷயமாய் கவலைப்படுவது பிடிக்காமல் 'விருட்'டென்று போய் கட்டிலில் படுத்துக் கொண்டான்.

"ஏதாவது மாத்திரை சாப்டா நல்லது" என்றாள்.

"கொஞ்ச நேரம் சும்மா இருக்க மாட்டியா?... 'அனாசின்' மாத்திரை தவிர வேற மாத்திரை வெச்சிருக்கானா உங்க ஊரு கடையில?"

வயிறு மறுபடி கலக்கியது. காலும் தேய்ந்து போய் கண்ணும் கிறுகிறுத்தது. தலைவலி பின் மண்டை முழுவதும் பரவியிருந்தது. கழுத்தை இப்படியும் அப்படியும் சொடுக்க தலையையே கழற்றிப் போட்டது மாதிரி சத்தம்.

"தைலம் தேய்க்கட்டா?" என்று நெற்றியில் கை வைத்தவள், "ஜுரம் கூட காயுதே" என்றாள்.

"வேணாம்... வேணாம்" என்று எழுந்தான். மீண்டும் வயிற்றைக் கலக்கியது.

பட்டென்று கக்கூஸில் நுழைந்து கொள்ள முடியாத

பட்டிக்காடு.... ஆற்றங்கரை... தேங்கிய ஆறு. நீர் இருக்கிற இடமாகத் தேடி அமர வேண்டும். எழுந்திருக்கவே பிரயத்தனப்பட்டாலும்... போய்த்தானே ஆக வேண்டும்?

"வெளிய போறீங்களா?" என்றாள்.

"உம்"

"நானும் வரட்டுமா?"

"ச்சும்... நீ தூங்கு...?"

புழக்கடை வரை சென்று விட்டவனிடம் ஓடி வந்து 'டார்ச் லைட்' டைக் கொடுத்தாள். "பாம்பு கீம்பு கிடக்கும்" என்றாள்.

ஸ்டார்ச் லைட் டைப் பிடுங்கிக் கொண்டு வேகமாக நடந்தான். வீடுகளைத் தாண்டுகிற வரை நாய்கள் தின்று விடுகிற மாதிரி சூழ்ந்து நின்று குரைத்தன.

யாரோ ஒருத்தர் "யாருப்பா அது!?" என்றார்.

"குப்பனா?"

சந்திரன் பதில் சொல்லவில்லை, ஆற்றில் போய் அமர்ந்தபோது 'அப்பாடா' என்றிருந்தது. "வீணையடி நீ எனக்கு... ச்சே என்ன பாட்டு இது இந்த நேரத்தில். காலையில் வாயில் நுழைந்து கொண்ட பாட்டு விடவே இல்லை.

பஸ்ஸில்... பழக்கடையில்... பஸ்ஸை விட்டு நடக்கையில், படிக்கையில்... படுக்கையில்... முயன்று வேறு பாட்டாவது பாட வேண்டும் என்று பஸ்ஸில் சங்கல்பம் எடுத்த போதும் மறுபடியும் இதே... எங்கே பிடித்தோம் இதை?... உம்.. 'மிண்ட் பஸ்டேண்டில்ட டீக்கடை ரேடியோவில்... தூங்கி எழுந்தாலொழிய போகப் போவதில்லை..."

வீட்டை நெருங்கிக் கொண்டிருந்தபோது யாரோ எதிரில் வருவது அடர்த்தியான கருப்பாய் தெரிந்தது.

அருகில் சென்றதும் நின்றான். செண்பகம்.

கூசிய கண்ணை முழங்கையில் மூடிக்கொண்டு, "இப்ப தேவலாமா?" என்றாள்.

"எங்க இன்றல்ல?"

"மலர் அக்கா வூட்டுக்காருக்குக்கூட பேதி'னு நேத்து ஆஸ்பத்திரி போயிட்டு வந்தாங்க... 'மாத்திரை இருக்குதா'னு கேட்டுப் பாக்றேன்."

'சுள்'ளென்று எரிச்சல் பரவியது. 'மானத்தை வாங்குகிறாள்'.

"எனக்குப் பேதியாகறது ஊர்புல்லா தெரியணும் அதானே?" என்றான்.

"மலரக்கா ஜென்னல் ஓரமாகத்தான் படுத்துக்குனு இருக்கும்.

'ஜன்னல்'ல்லையே தட்டி வாங்கியாறேன்... நீ போ' என்றாள். கொஞ்ச நேரத்தில் ஜன்னலைத் தட்டி, "அக்கா... மலரக்கா..." என்று செண்பகம் அழைப்பது கேட்டது.

சந்திரன் வேகமாய் அந்த இடத்தைவிட்டு அகன்றான். 'வாங்கி வரட்டும். கழுதை.. சொன்னா கேக்கிறாளா? வரட்டும், வீசிஎறிகிறேன். என் திமிர்? சொல்லிக்கொண்டே இருக்கிறேன் போய் தட்றாளே...?'

வீடு அதைவிட மோசமாக இருந்தது. மாமனாரும் மாமியாரும் நடு ராத்திரியில் 'தந்தி' வந்தவர்கள் மாதிரி இடிந்து உட்கார்ந்திருந்தார்கள். வீட்டில் எல்லா லைட்டுமே எரிந்து கொண்டிருந்தது. உள்ளே நுழைவதற்கே கூச்சமாக இருந்தது.

போதாத குறைக்கு, உள்ளே நுழைந்ததும், மாமனார் பதறி எழுந்து "பேதியா மாப்பிள்ளை?" என்றார்.

"அதெல்லாம் ஒண்ணுமில்லங்க..."

"அட ரெண்டு வாட்டி போனீங்களாமே சொல்லியிருந்தா, கூட வந்திருக்க மாட்டேன்?"

'பேதியாவதைப் போய் யாராவது ஊரெல்லாம் சொல்லிக் கொண்டிருப்பார்களா? அதுவும் மாமனார், மாமியார் முன்னால் சொல்வார்களா? பேதியானால் ஆனது மாதிரி போகிறது... இவர்களுக்கென்ன ராத்திரியில்?'

மாமனார் "அதர்சத்தை வாரி வாரி வெச்சிருப்பா... அதான்... அதர்சம்னா ஒண்ணு, ரெண்டு மரியாதை... சோறா அது?" என்று மாமியாரைக் கேட்டுவிட்டு "ஓம வாட்டர்' வாங்கியாந்து வெச்சி ருக்கேன் குடிங்கோ" என்றார்.

"ஓம வாட்டரா?"

"ஆமா... அஜீர்ணத்துக்கு அத வுட்டா வேற வைத்தியம் கிடையாது" என்று தீர்மானமாகச் சொன்னார். "நாடான எழுப்பி வாங்கியாந்தேன்"

சந்திரன் கட்டிலில் போய் படுத்தான். 'ஊருக்கேதான் தெரிந்து விட்டது! நாரண்சாமி மரும்புள்ளக்கி பேதியாம்' என்று காலையில் டீக்கடையில் பேசிக் கொள்ளப் போகிறார்கள். இவளைச் சொல்ல வேண்டும். இவளால்தான். காலையில் டவுனுக்குப் போய் சந்தடி யில்லாமல் வைத்தியம் பார்த்துக் கொண்டிருக்கலாம். எல்லாம் கெட்டது.

அவசரமாய் உள்ளே வந்த செண்பகம் " இது நல்ல மாத்திரையா பாருங்க...?" என்று மாத்திரை பட்டையை நீட்டினாள்.

"டமாரம் கட்டிக்குனு அடிக்கிறதானே? ச்சே... இப்படியா

அசிங்கப்படுத்தர் து?"

அவனது கோபத்தை மதிக்காமல் "நல்ல மாத்திரையானு பாருங்கனா?" என்றாள்.

சந்திரன் திரும்பிப் படுத்துக் கொண்டான்.

"இதல கோச்சிக்கறதுக்கு என்னா இருக்கு... நம்ம உடம்பு. நம்ம பாத்துக்கறோம். ஊருக்குத் தெரிஞ்சா என்ன?"

"அதான் விடிஞ்சதும் போய் எல்லார்க்கும் சொல்லிட்டு வா"

கொஞ்ச நேரம் பேசிக் கொள்ளவில்லை. தூக்கம் வரவில்லை. அசதியாகவும், எரிச்சலாகவும் இருந்தது. சந்திரன் எழுந்து பார்த்த போது, பெரிய ரூமில் விளக்கை அணைத்துவிட்டது தெரிந்தது. மாடியில் போய் கொஞ்ச நேரம் உலாவலாம் என்றிருந்தது. தூக்கம் வந்தபின் படுத்தால்போதும் என்று நினைத்தான்.

எழுந்தான்.

"மறுபடியும் போறீங்களா?"

சந்திரன் பதில் சொல்லவில்லை. நடந்தான்.

"போறதானா பேக்கடை'ல போங்க"

'அசிங்கம்... அசிங்கம் என்றால் என்னவென்றே இவர்கள் குடும்பத்துக்குத் தெரியாதா?... இந்த மாதிரி நிலைமை ஒருத்தனுக்கு எவ்வளவு எரிச்சலா இருக்கும்னு புரிஞ்சுக்க முடியாதா? ச்சே...

"எனக்கு வர்ல" மாடியில் ஏறினான்.

இருட்டும் ஈரக்காற்றும் பிசைந்து கொண்டு இருந்தது. அமாவாசை போய் நான்காவது நாள். நடக்க முடியாமல் ஒரே சோர்வாக இருந்தபோதும் உலவினான். வாய் 'வீணையடி நீ எனக்கு' என்று முணுமுணுத்துக் கொண்டிருப்பதை உணர்ந்தான்.

'அடுத்த வரி... மீட்டும் விரல் நானுனக்கு... யார் வீணை? யார் விரல்? பொம்பளை... வீணை. ஆம்பளை விரலா? பொம்பளை ஜடம். ஆம்பளை ஜீவனா? ச்சே... யாரோ ஒருத்தர் வீணை... யாரோ விரல்... இந்த நேரத்தில் இது வேறயா?'

எக்கச்சக்கமாய்க் குளிரியது. உடம்பு அனலாய் கொதித்தது. படிக்கட்டில் இறங்கிய போது செண்பகம் சால்வையை எடுத்துக் கொண்டு மேலே வருவது தெரிந்தது. சந்திரன் இறங்கி வருவது கண்டு நின்றாள்.

திரும்பி அறைக்குள் வந்து படுத்தனர். செண்பகம் விரோதமாய் கட்டிலின் மறுகோடியில் போய் முதுகைக் காட்டிக் கொண்டு படுத்துக் கொண்டாள்.

'எல்லாம் இயற்கை செய்கிற சதி இவள் என்ன செய்வாள்' என்று

தேற்றிக் கொண்டான் சந்திரன்.

சந்திரன் டேபிளின் மீதிருந்த ஓம வாட்டரை எடுத்துப் பார்த்தான். குடித்ததும் தெம்பாய் இரண்டு 'ஏப்பம்' வரும் என்பதை நினைக்கவே கிளுகிளுப்பாய் இருந்தது. மாத்திரை பட்டையை எடுத்துப் பெயரைப் பார்த்தான். 'ஸ்டேப்ரோ பாராக்சின்'. பரவாயில்லை அவசரத்துக்குப் போட்டுக் கொள்ளலாம்.

பெருமிதமாய் செண்பகத்தைத் திருப்பிப் பார்த்துவிட்டு மாத்திரை ஒன்றைப் போட்டுக் கொண்டான். ஒரு மொணறு 'ஓம வாட்டரை' குடித்தான்.

கட்டிலில் படுத்து அவள் வரை உருண்டு போனான். செண்பகம் அசையாமல் படுத்திருந்தாள்.

"செல்லி..." மெல்ல கூப்பிட்டான். திரும்பியவளின் கண்களில் ஈரம் துடைத்து விட்டான்.

– 1986

நேசம்

தி டுக்கிட்டு விழித்தபோது கதவை யாரோ தட்டிக் கொண்டிருப்பது கேட்டது. எழுந்திருக்க மனம் இன்றி இன்னொரு முறை தட்டுகிறார்களா என்று காத்திருந்தான் சிவகுமார்.

நாய்களும் குரைக்காத அமைதி. இப்படிப்பட்ட அமைதி

சாத்தியப்பட வேண்டுமானால் நேரம் இரண்டு மணியாக இருக்கலாம்.

இந்த முறை கதவு தட்டப்பட்டு கூடவே, “சிவா..ஆ” என்ற குரலும் கேட்டது.

கேட்ட குரலாக இருந்து, யூகிக்க முடியவில்லை. விளக்கைக்கூட போடாமல் ஜன்னலைத் திறந்தான். தெரு பார்த்த ஜன்னல். எதிரிலிருக்கும் டீக்கடை மூடப்பட்டிருந்தது. திறந்த ஜன்னலுக்கு எதிரே வந்து நின்றபடி ஒருவன், “இன்னா சிவா.. நல்ல தூக்கமா?” என்றான்.

யாரென்று தெரியாமலேயே “ஆங்...”

விஜயா புரண்டு படுத்து, “யாருங்க அண்ணாவா?”என்றாள்.

சிவகுமார் பெருத்த அவசரமாக நினைவுபடுத்திப் பார்த்தான். உறவினர்கள், நண்பர்கள், தெரிந்தவர்கள்.. ஒருவரும் தாடி வைத்திருப் பதாக நினைவில்லை.

“அட்ரஸ் கண்டுபிடிக்கிறதுக்குள்ள போதும் போதும்னு ஆயுடிச்சுப்பா. வீட்டு முன்னாடி ஒரு முருங்கைமரம் இருந்துச்சு இல்ல?”

சிவகுமாருக்குத் திடீரென்று யாரென்று புரிந்துபோய், “மணி நீயா? அடையாளமே தெரியல. இரு கதவ திறக்கிறேன்” என்று பரபரப்பாகி, தெருவுக்கு ஓடிவந்து கையைப் பிடித்துக் குலுக்கினான். “முருங்கை மரம்லாம் ஒரு அடையாளமாய்யா?.. ஊர்ல இருந்து எப்ப வந்தே?”

“இங்கயேதாம்பா இருக்கிறேன்”

“நிஜமாவா?” என்றபடி உள்ளே நுழைந்து கதவைத் தாளிட்டு, நடையின் விளக்கைப் போட்டு நேரம் பார்த்தபோது சுவரில் மணி 11.20

“பத்து மணிக்குக் கிளம்பினேன்.”

“எங்க இருந்து?” நாற்காலியை இழுத்துப் போட்டு உட்கார வைத்தான்.

“வள்ளுவர் கோட்டம் இல்ல... அதுக்குப் பக்கத்துலதான்.. ஒரு ரூம்ல தங்கியிருக்கேன்”

“யார் ரூம்ல?”

“சினிமா டைரக்டர்”

“பேரு?”

“பழனிராஜ்”

“என்ன படம் எடுத்திருக்காரு?”

“அட.. அவரால படம்லாம் எடுக்க முடியாது சிவா. அதவுடு எப்படியிருக்கே... என்ன வேலை செய்றே?”

“நீதான் வந்திருக்கியே.. அங்கயேதான் வேலை செய்றேன். பர்மனென்ட் ஆகியாச்சு”

“எப்படியிருக்கேன்னு கேட்டா பர்மனென்ட் பண்ணிட்டா ன்றியே.. எப்படி இருக்கே?” என்றான் மறுபடி.

“பாதி ராத்ரியில வந்திருக்கே. நான்தான் உன்னை விசாரிக்கணும். சாப்பிட்டியா?”

“பரவால்ல சிவா.. பையன் எப்படியிருக்கான். பெரென்ன சொன்னே?”

“முத்துக்குமார். டீக்கடை இருந்தா பன்னாவது வாங்கித் தருவேன். இந்த ராத்திரியில வந்திருக்கியே”

“நானா வந்தேன்? கிளம்பிப் போகச் சொன்னாங்க”- சிரித்தான்.

“ரூமை காலி பண்ணச் சொல்லிட்டாங்களா?”

“அதைவிடு சிவா. நாளைக்குப் போய் சரி பண்ணிடுவேன்.”

கல்லூரி வாழ்விலிருந்தே இப்படித்தான். பேச்சுக்குப் பேச்சு சிவா. எல்லா உணர்ச்சிகளையும் அழுத்திக் கொண்டு ஒரு சிரிப்பு. எல்லாவற்றையும் எந்த நிமிடத்தில் வேண்டுமானாலும் சரி செய்து கொள்ளமுடியும் என்று உறுதி.

தேவி தியேட்டரில் கிளிஃப் ஹாங்கர் பார்க்க டிக்கெட்டுக்கு நிற்கிறோம். நாங்கள் நிற்கும் கட்டணத்துக்கான இருக்கைகள் நிறைந்துவிட்டதாகப் பலகை மாட்டிவிட்டார்கள். உடனே கூட்டம் அதற்கு அடுத்த தொகைக்கான வரிசைக்கு ஓடுகிறது. நாங்கள் நால்வர். கையில் இருந்த காசையெல்லாம் போட்டு அடுத்த கட்டணத்துக்கான தொகை இருக்கிறதா என்று அவசர அவசரமாக எண்ணிக்கொண்டே வரிசையில் நகர்ந்து கொண்டிருக்கிறோம். கவுண்டர் நெருங்கிக் கொண்டிருக்கிறது. மணி “ஒரு ரூபாய் குறையுதுடா” என்கிறேன்.

சிறிய தயக்கமோ, யோசனையோ இல்லாமல், “பார்த்துக்கலாம் சிவா” என்கிறான்.

கவுண்டரில் இருந்த காசைக் கொடுத்தாகிவிட்டது. “ஏம்பா ஒரு ரூபா குறையுது.” என்கிறான் வளையத்துக்கு அந்தப் பக்கம்.

முதலில் சரியாகத்தான் எண்ணிக் கொடுத்தது போன்ற ஒரு பாவனை. “சரியா பாத்தீங்களா?” என்றபடியே சில்லறை இல்லாத பாக்கெட்டை ஒருமுறை துழாவிவிட்டு, துணிச்சலாக ஒரு காரியம் செய்தான். எங்களுக்கு அடுத்து நின்று கொண்டிருந்தவரிடம், “அண்ணே ஒரு ரூபாய் இருந்தா கொடுங்க” என்றான். கொடுத்தான் அந்த திடீர் அண்ணன். “தேங்க்ஸ் அண்ணே”

அந்தக் கணத்தில் சமாளிப்பான்.

சிவா எழுந்துபோய் சமையல் அறையில் எதையோ உருட்டி விட்டுத் திரும்பி வந்தான்.

"சோத்துல தண்ணி ஊத்திட்டாங்க"

"சாப்பாடு ஒண்ணும் வேணாம் சிவா. சும்மா இருங்க"

விஜயா எழுந்து வந்து, "பிழிஞ்சிப் போடட்டுமான்னு கேளுங்க.. இப்பத்தான் தண்ணி ஊத்தினேன்" என்றாள்.

"நலம்தானே?" என்றான் விஜயாவை.

இப்படிக் கேட்டதால் சிரிப்பு ஏற்பட்டு "ம்" என்று சொல்லிவிட்டு அவசரமாய் உள்ளே போனாள்.

"எவ்வளவு நாளா அங்க தங்கியிருக்கே?"

"ரெண்டு மாசமாச்சு சிவா"

"சாப்பாட்டுக்கு என்ன பண்றே?"

மணி இதற்குப் பதில் சொல்லவில்லை. எல்லாம் பேசியானது போல் எதிரில் கிடந்த பழைய தந்திப் பேப்பரை எடுத்துப் படிக்கத் துவங்கினான்.

மணியின் சொந்த ஊர் திருப்பத்தூர். ஹாஸ்டலில் தங்கிப் படித்தான். மூன்று வருடத்தில் மருந்துக்குக்கூட ஊர் பக்கம் போகவில்லை. சுரணையற்ற மெஸ் சாப்பாட்டையும் தனிமைச் சிறை மாதிரி இருந்த அந்த மக்கிய ஹாஸ்டலையும் அவன் விரும்பிவிடுகிற அளவுக்கு அவனது வீட்டு நிலைமை இருந்தது.

நாற்பது பேர் கொண்ட கூட்டுக் குடும்பம். இப்போதைய அவசர யுகத்தில் கூட்டெல்லாம் சாத்தியமேயில்லை என்பது புரிந்தும் குடும்பத்தை உடைக்கிற பாவத்தை நம் காலகட்டத்தில் செய்துவிடக்கூடாது என்று நினைக்கிற அப்பா. மூத்தவர். அவருக்கு இளையவர்கள் மூவர். ஆளுக்கு அரை டஜன் வாரிசுகள் என்று சராசரியாகக் கொண்டாலும் அவர்களில் பாதி பேருக்குத் திருமணமாகி இனப் பெருக்கும் செய்திருந்தார்கள்.

மணிக்கும் போன ஆகஸ்டில் திருமணம் நடந்தது.

சிவா, "ஒய்ஃப்-பையும் கூட்டிக்கிட்டு வந்துட்டியா?" என்றான்.

"இல்லை"

"இல்லையா? ஊர்ல இருந்து வந்து ரெண்டு மாசமாச்சுன்றே... கல்யாணமான மறுநாளே வந்துட்டியா?"

மணி வேகமாக எழுந்து சிவாவின் வாயைப் பொத்தினான். "மெதுவா கேளேம்பா"

"சண்டையா?" என்றான் மெதுவாய்.

"அதெல்லாம் ஒண்ணுமில்ல. எங்க ஊர்ல இருந்து யாராச்சும்

என்னைத் தேடி வந்தாங்களா?"

"இல்லையே"

"நல்லதாப் போச்சு"

"டேய்... என்ன விஷயம்னு ஏதாவது சொல்றியா?"

"ஏன் சிவா அவசரப்பட்றே? நைட்டு ஃபுல்லா இங்கதானே இருக்கப் போறேன்? நிதானமா பேசுவோம்... அப்பா, அம்மாலாம் சௌக்கியம்தானே?"

சிவா சலித்துக் கொண்டான்.

"நல்லாருக்றாங்க... விஷயத்தைச் சொல்லுய்யா"

"மாடிக்குப் போய் படுத்துக்கலாமா?"

சிவா யோசித்தான். ஏடாகூடமாய் ஏதோ நடந்திருக்கிறது. மாமியார் - மருமகள் சண்டை... சொத்தைப் பிரிக்கச் சொல்லிச் சண்டை... கல்யாணம் பண்ண ஒரு மாதத்தில் ஓடி வந்திருக்கிறான் என்றால்? இன்னும் சிக்கலான சண்டை ஏதோ நடந்திருக்கிறது. ஹாஸ்டலில் இருந்து ஊருக்கு அனுப்பி வைப்பதே பெரும்பாடாக இருக்கும்.

"ஆம்பளைங்களுக்கு, பத்து ஏக்கர் நிலம்... பம்பு செட்டோட வெலைக்கு வருதான்னு பாக்கிற வேலை. இல்லாட்டி பஸ் ஸ்டேன்ட் பக்கமா நாலு கிரவுண்ட் வாங்கிப் போட்டா பின்னாடி கல்யாண மண்டபம் கட்டலாம்னு நாள் முழுக்க பணம் பண்ற வேலை"

"தனித் தனியா சொத்தைப் பிரிச்சுட்டா?"

"முடியாது சிவா... இன்னும் கொஞ்சம் பணம் சேர்த்துட்டா ஒரு தியேட்டர் கட்டிடலாம்னு ஐடியால இருக்காங்க... பிரிஞ்சா சொத்தோட வீரியம் குறைஞ்சிடும். அவங்களுக்கு ரெண்டே ரெண்டு எண்ணம்தான். ஒண்ணு பணம் சேர்க்கிறது. இன்னொன்னு சேர்த்த பணத்தை அதிகப்படுத்தறது"- சிரித்தான்.

மூன்று வருஷக் கல்லூரி வாழ்க்கையில் ஊரிலிருந்து பணம் வருவதில் ஒரு சமயத்திலும் தாமதம் இருந்ததில்லை.

"ஹாஸ்டலுக்குப் பணம் மட்டும் கரெக்டா வந்துடுதே?"

"படிச்ச மாப்பிள்ளைனு சொல்லி எவன் கிட்டயாவது நூறு சவரன் பிடுங்கிடுவானுங்க... சின்ன மீனைப் போட்டுப் பெரிய மீன் பிடிப்பானுங்க.."

அவன் வீட்டைப் பற்றி ஒரு முறையும் பெருமைப்பட்டுக் கொண்டதில்லை.

"ஒவ்வொரு மனுஷனும் ஒவ்வொரு தூண்டிலைப் போட்டுட்டு ஒக்காந்திருக்கானுங்கப்பா... இதப் போட்டா அது கிடைக்குமான்னு"

"அது சரி நம்ம முரளி தெரியும்ல. காதலிக்காக உயிரே தருவேன்றானே.. உயிர் என்ன சின்ன மீனா?"- சிவா கேட்டான்.

மணி கை தட்டிச் சிரித்தான்.

சிவா உள்ளே போய் ஒரு பாயையும், இரண்டு தலையணையையும் கொண்டு வந்து போடுவதற்குள் சர்ர் எனத் தீக்குச்சியைக் கிழித்தான் மணி.

"பீடியா பிடிக்கிறே?"

"ஆமா... ஒரு கட்டு நாப்பது பைசா"

"ச்சே.."

"என்னய்யா பண்றது... சிகரெட் விக்கிற விலைக்கு இதுதான் வசதி"

"சரி சொல்லு ஊர்ல என்னாச்சு?"

மணி வேறெதோ பேச இருந்தவன், சிவா இப்படிக் கேட்டதில் சட்டென்று அதை நிறுத்திக் கொண்டு விஷயத்தைக் கோர்வைப் படுத்துவது போல் பீடியை ஆழமாக உறிஞ்சினான்.

"ஊர்ல என் சூட்கேஸுக்குள்ள டைரியில உன்னுடைய அட்ரஸ் எங்கயாவது இருக்கறதுக்கு சான்ஸ் இருக்கு.. என் பெட்டிய கிளறி யாராவது சப்போஸ் உன் அட்ரஸும் கிடைச்சா... என்னைப் பத்தித் தெரிஞ்சுக்கறதுக்கு இங்க வரலாம்."

"புலன் விசாரணை மாதிரி இருக்கு"

"ஆமாம்.. அப்படி யாராச்சும் வந்தா நாங்க நல்லாருக்கிறதா சொல்லணும்"

"நாங்கன்னா?"

"நானும் என் ஒய்ஃபும்"

"ஒய்ஃப்?"

"இப்ப அவ என் ஒய்ஃப் இல்ல.. பெங்களூர்ல வேறு ஒருத்தர்கூட இருக்கா"

சிவா அதிர்ந்து எழுந்து அவன் தோளைக் குலுக்கி, "சினிமாவுக்கு ஒன் லைன் எழுதறயா?" என்றான்.

எப்போதும் போன்ற குரலில் "உண்மையாதான் சிவா... கல்யாணமான மறுவாரமே எனக்கு அவ வேற ஒருத்தரைக் காதலிச்ச விஷயம் தெரிஞ்சு போச்சு... நம் நாட்டு வழக்கப்படி காதலர்களை அவசர அவசரமா பிரிச்சு எனக்குக் கட்டி வெச்சிருக்காங்க.. ஒருநாள் மன்னிச்சுக்கச் சொல்லி ஒரு லெட்டர் எழுதி வெச்சுட்டு கிளம்பிப் போயிட்டா..." சிவாவின் அதிர்ச்சிக்கு ஒரு இடைவெளி போல நிறுத்தினான். சிந்தனை இயக்கமின்றி கிடந்தான் சிவா.

"விஷயம் வெளியே தெரியறதுக்கு முன்னாடி... நானும்

வீட்டைவிட்டுக் கிளம்பிட்டேன். அவ எழுதின லெட்டரைக் கிழிச்சுப் போட்டுட்டு எங்களுக்கு இந்த வீட்டில் இருக்க விருப்பமில்லை. எங்காவது போய் பிழைத்துக் கொள்கிறோம். எங்களைத் தேட வேண்டாம்னு ஒரு லெட்டர் எழுதி வெச்சிட்டேன். எனக்கும் எப்படா அங்க இருந்து கிளம்பப் போறோம்னுதான் இருந்தது... இந்த சாக்குல கிளம்பி வந்துட்டேன். இப்ப நாங்க ரெண்டு பேரும் ஒண்ணா இருக்கிறதாதான் எல்லாரும் நினைச்சுக்கிட்டு இருக்காங்க.... நா செஞ்சது சரிதானே சிவா?"

சிவா பிரயோகிக்க நினைத்த வார்த்தைகள் உதட்டருகே மூர்ச்சையாகிப் போகவே ஆகாயம் நோக்கி வெறித்தான்.

"மணி இயல்பாய் எங்க வீட்ல தேட ஆரம்பிச்சுட்டாங்கன்னு நினைக்கிறேன். தினத்தந்தி பேப்பர்ல கால் பக்கத்தில ஒரு விளம்பரம் கொடுத்திருக்காங்க. எங்க இருந்தாலும் உடனே வீடு வரும்படி..." கையில் வைத்திருந்த தந்தி பேப்பரைக் காட்டினான்.

"..........."

"அதான் சொல்ல வந்தேன்.. அப்படி அவங்க உன்கிட்ட விசாரிக்க வந்தா எங்க ரெண்டு பேரையும் ஒரு தியேட்டர்ல பார்த்ததா சொல்லு.. நல்லா இருக்கிறதா சொல்லு... நாங்க நல்லா இருக்கறதுக்கு நீ ஒரு சாட்சி மாதிரியா இருக்கும்.... சொல்லுவியா சிவா?" என்றான்.

அரும்பு மாத இதழ்– 1988

சதி

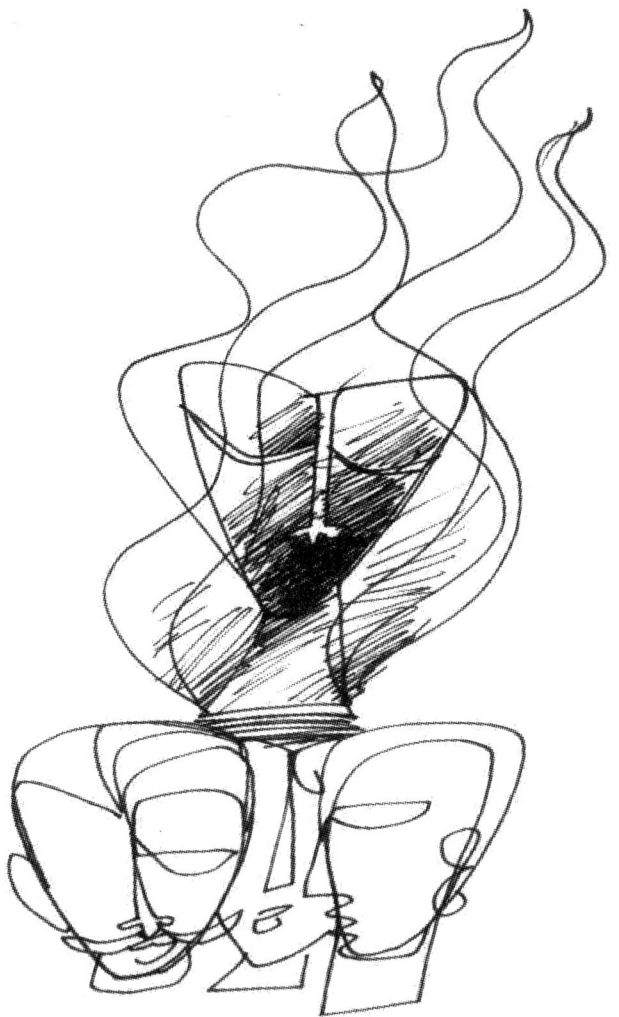

நடுரோட்டில் புது மாப்பிள்ளை பரிதாப சாவு என்று பேப்பரில் கொச்சையாகப் போட்டிருந்தார்கள். பரிதாபப்பட்டது மாதிரி தெரியவில்லை. ஏதோ கிண்டல் செய்கிறாற்போல் இருந்தது. எப்படித்தான் இப்படி ஒரு நடையை எல்லாப் பத்திரிகைகாரனும்

பின்பற்றுகிறானோ தெரியவில்லை.

பொண்டாட்டிக்குப் பூ வாங்கிக் கொடுப்பதற்குக்கூட வெட்கப்படுகிற அளவுக்குப் புது மாப்பிள்ளை. கல்யாண லீவுக்குப் பிறகு வேலைக்கு வந்த அன்று மதிய சாப்பாட்டுக்குப் பிறகு ஒரு 'தம்' அடித்துவிட்டு வருகிறேன் என்று போனவன், பஸ் மோதி மரணமானான். ஆபீஸை ஒட்டியே ஆயிரம் கடைகள் இருக்கும்போது ஏன் சாலை மாறினான் என்பது தெரியவில்லை. ஒருவேளை அலங்காரில் டிக்கெட் புக் பண்ணச் சென்றானோ என்னவோ....? என்னிடம் ஒன்றும் சொல்லவில்லை. பொண்டாட்டியோடு சினிமாவுக்குப் போவதைச் சொல்வதற்குக்கூட கூச்சப்படுவான்.

மனைவியோடு ஒரே ஒருமுறை சினிமாவுக்குப் போயிருக்கிறான். ஒரு நாள் வாழ்ந்திருக்கிறான். எண்ணி எத்தனை வார்த்தை பேசியிருக்கிறான் என்பதுகூட தெரியவில்லை.

மூர்த்தியும் பேசுவானானு ஆபிஸே சந்தேகிக்கும். நாலு பேர் சேர்ந்தாற்போல் இருந்தால் பேச மாட்டான். கிண்டலும் கூச்சலுமாய் ஆபீஸே கலவரப்படும்போதும் அவன் அதில் ஐக்கியப்பட மாட்டான்.

சுவாரஸ்யமாய் ஒரு விசயத்தை ஆரம்பிப்பார்கள். "இன்னிக்கு ரங்கராஜன் சாருக்கு ஒரு இளிச்சவாயனும் கிடைக்கல போலருக்கு. வெத்தலை பாக்கு வாங்கி தர்றதுக்கு!" என்று வீண் பேச்சு ஆரம்பமாகும். இந்த மாதிரி தூங்கும்போது சமயத்தில் மூர்த்தி புன்னகை பூப்பதுண்டு. மெல்லிசாய்... பல் கூட தெரியாமல் விஷயம் வளரும். "மனுசன் அம்பது வருஷமா வெத்தலை பாக்கு போட்றான். இதுவரைக்கும் அஞ்சு வாட்டிகூட அவனா வாங்கியிருக்க மாட்டான்" என்பார்கள்.

ஆபீஸ் அதிரும்.

ரங்கராஜன் பன்னீர் புகையிலையைப் பல்லிடுக்கில் அடக்கிக் கொண்டு கொழகொழவென்று பேசுவதை நடித்துக் காட்டுவான் ஒருவன்.

சம்பளத்தோடு ஒரு நாள் விடுமுறை மாதிரி கழியும். அரசாங்க உத்தியோகம்.

மூர்த்தி கலந்து கொண்டதில்லை. ஆரம்பத்தில் ஈடுபடுகிறவன் மாதிரி லேசாகப் புன்னகைத்து விஷயம் அத்துமீறிப் போவதைச் சீக்கிரத்தில் உணர்ந்து விடுவான்.

கும்பலாக இல்லாமல் இரண்டு பேராக இருப்பது அவனுக்குப்

பேசுவது வசதி. மெதுவான குரலில் தூய்மையான நடையில் பேசுவான்.

பொண்டாட்டியிடம் பேசியிருக்க வாய்ப்பே இல்லை. மாமியார் வீட்டிலும் சரி, மூர்த்தி வீட்டிலும் சரி ஏகப்பட்ட 'மெம்பர்ஸ்'. இரண்டு பேராக இருந்தது இரவு நேரம் மட்டுமே. என்ன பேசியிருப்பான்?

இந்த அளவுக்குப் பொறுமையானவன் சாலை விபத்தில் செத்துப் போனது அநியாயம். ஆக்ஸிடண்ட் ஆன அரைமணி நேரத்தில் எங்களுக்கெல்லாம் செய்தி எட்டியது. நிச்சயமாக மூர்த்தியாக இருக்க முடியாது என்றே ஒவ்வொருவருமே உறுதியாக இருந்தோம்.

நாலைந்து பேர் வேகமாக எழுந்து போனோம். போலீஸ்காரன் சவத்தை மூடியிருந்த துணியை விலக்கி அடையாளம் கேட்டான். முகத்திலிருந்து அடையாளம் கண்டுபிடிக்க வாய்ப்பே இல்லை. சுருள், சுருளாய் அவன் தலை முடியிருந்தது. கல்யாணத்துக்கு எடுத்தப் புதிய சட்டையும் பேண்ட்டும் தெரிந்தது. முகம் மட்டும்தானா ஒருவனுக்கு அடையாளம்?

நட்ட நடுச்சாலையில் நின்று கொண்டு ஏகாம்பரம் "கொஞ்ச நேரத்துக்கு முன்னம்கூட நல்லா பேசிக்கினு இருந்தானே?" என்று வருத்தப்பட்டான். அவன் "நல்லா பேசினதில்லை" என்று ஏகாம்பரத்தை மறுக்க எனக்கு விருப்பமில்லை.

அனைவரும் குசு, குசுவென்று பேசினார்கள். யாருக்கும் வருத்தம் கூட இன்னும் வரவில்லை. அதிர்ச்சிதான் இருந்தது. இடித்த 'பஸ்' ஓரமாய் வெறிச்சோடிப் போய் நின்றிருந்தது. பஸ்ஸில் பயணம் செய்து கொண்டிருந்தவர்கள் எல்லாம் கூடியிருந்தார்கள்.

என்னை ஒரு கார்காரன், "வேடிக்கைப் பார்க்கறவன் ஓரமாய் நின்று பாருயா" என்று சொல்லிவிட்டுப் போனான். ரோஷம் வரவில்லை. ஸ்தம்பித்து நின்றிருந்தேன்.

மஞ்சள் கோட்டுக்குச் சற்று தள்ளி விழுந்து கிடந்தான். இரண்டு கைகளும் அவன் உடலுக்குக் கீழே மடங்கிக் கிடந்தது. சாகும்போதும் அடக்கமாகச் செத்திருப்பதாகத் தோன்றியது.

"டிரைவர் மேல தப்பில்லப்பா... நின்னுக்கினே இருந்தவன் திடீர்னு ஓடினான்" என்றான் ஒருவன்.

ஏகாம்பரம் " போன வாரம்தான் கல்யாணம் ஆச்சு... ச்சுச்" என்று அவரிடம் வருந்தினான்.

எல்லாவற்றுக்கும் மேலாய் அவன் இறந்துவிட்டான்.

போலீஸ் தரப்பினருக்கு முன் நாங்கள் நான்கு பேர் மூர்த்தியின்

வீட்டுக்குப் போனோம். மூர்த்தியின் அப்பா 'ரிடையர்ட்' ஆனதற்கு அத்தாட்சியாய் அந்த வீடு இருந்தது. தளம் போட்ட மேல் பகுதியில், ஒரு 'போர்ஷன்' கட்டும் எண்ணத்தில் இரும்புக் கம்பிகள் துருத்திக் கொண்டு நின்றன. 'காலிங்பெல்லை' அழுத்திவிட்டுக் காத்திருந்தோம்.

மூர்த்தியின் அப்பா கண்ணாடியைப் பொறுத்திக் கொண்டு "யார் வேணும்?" என்றார்.

"மூர்த்தி..."

"அவன் வேலைக்குப் போயிருக்கானே...?"

நாங்கள் ஒருவரை ஒருவர் பார்த்துக் கொண்டோம். "நாங்க ஆபீஸ்ல இருந்துதான் வர்றோம்"

"ஆபீஸ்க்கு வரலையா?" என்று கேட்டுவிட்டு உள் பக்கம் திரும்பி, "ஏம்மா ஜானகி... மூர்த்தி இன்னைக்கு ஆபீஸ் போலயா?" என்றார்.

"போனார் மாமா" உள்ளே இருந்து பதில் வந்தது.

மறுபடி அவர் சந்தேகமாகத் திரும்பி "எந்த மூர்த்திய சொல்றீங்க...? எந்த ஆபீஸ்ல கேட்டாங்க?" என்றார்.

அவர்கள் சற்றுமே எதிர்பார்க்காததை எப்படிச் சொல்வதென்று தயங்கினோம்.

"சரி உள்ள வாங்க..." என்றார்.

போனோம்.

"எங்கள் முகங்களில் போதிய கவலை இல்லையோ?" என்று தயக்கமாக இருந்தது.

"நீங்கள் யாரு? மூர்த்தி கிட்ட என்ன சொல்லணும்னு சொல்லுங்க..."

தயங்கினோம்.

"என்கிட்ட சொல்லத் தயக்கமா இருந்தா ஒரு லட்டர்ல எழுதிக் குடுங்க. வந்ததும் கொடுக்கறேன். ஜானகி பேப்பரும், பேனாவும் கொண்டாம்மா..."

கொண்டு வந்தாள். இன்றுதான் திருமணமானவள் மாதிரி இருந்தாள். பதினேழு வயதிருக்கலாம். கல்யாண களையில் இருபது மாதிரி இருந்தாள். பாவாடை தாவணி போட்டு விட்டால் பத்தாவது படிக்க அனுப்பலாம்.

எந்தவித உணர்வும் இல்லாமலேயே பேப்பரையும் பேனாவையும் வாங்கிக் கொண்டோம்.

"காப்பி போடும்மா" என்று மருகமளை அனுப்பினார்.

அவள் வருவதற்குள் சொல்லிவிடுவது நல்லதெனப் பட்டது. சொன்னேன்.

கிழவனார் ஸ்தம்பித்தார். எங்கள் ஆறுதல்களை அவர் மதிக்கவில்லை. எதுவும் பேசாமல் எங்களையே வெறித்தார்.

பத்து நாள் கழித்து இப்போதுதான் கவலையாக இருந்தது. இப்போதுதான் உணர முடிந்தது. ஏகாம்பரம் முதுகில் சீண்டி ஆள்காட்டி விரலை வாசல் பக்கம் காட்டினான்.

மூர்த்தியின் அப்பா!

எழுந்து போய் வரவேற்றேன்.

ஏற்பட்ட அதிர்ச்சியில் இன்னும் கண்களில் ஏமாற்றம் இருந்தது.

"நேத்து ஆபீஸ்ல இருந்து லட்டர் வந்தது. கணக்கு வழக்கெல்லாம் பாக்கறதுக்கு" என்றார்.

ஆடிட்டிங் விங்ஸுக்கு அழைத்துப் போனேன்.

"நீங்கதான் மூர்த்தியோட அப்பாவா?"

தலையாட்டினார்.

"ஐ... ஆம் வெரி சாரி..." என்று வருந்தி இடைவெளிக்குப் பிறகு "போன வருஷம் உங்க மேலதான் ' நாமினேஷன்' போட்டிருக்கார். இன்னும் ரெண்டு நாள்ல 'டி.டி.' ரெடியாயிடும்.

கிழவனார் கனைத்துக் கொண்டார். "கல்யாணம் பண்ணிக்காம செத்து போயிருந்தா நா இவ்ளோ கஷ்டப்பட மாட்டனே" மேல் துண்டால் கண்ணைத் துடைத்துக் கொண்டார். "... போன மாசம் பிளஸ்டூ படிசிக்குனு இருந்த பொண்ணு இந்த மாசம் விதவை... இந்தப் பணம் அவளுக்குத்தான் சேரும்" என்றார்.

"லீகல் மேரேஜ்தானே?"

"ஆமா"

"அப்படீனா அவங்களுக்கும் இதுல ரைட்ஸ் இருக்கு. இன்னொரு விஷயம் அவங்களுக்கு வேலைக்குச் சேர விருப்பம்னா சொல்லுங்க. 'ரெகுருட்மண்ட் போர்ட்'ல சட்டமே இருக்கு. நாங்கல்லாம் 'பிரஷர்' கொடுத்தா சீக்கிரமாகவே ஒரு வேலைக்கு ஏற்பாடு பண்ண முடியும்... பிளஸ் டூ வரைக்கும் படிச்சிருக்காங்களா?"

"முடிக்கலை" என்றார்.

"பரவால்ல... டைப்பிங்?"

"தெரியல... கேட்டுச் சொல்றேன்" என்றார்.

கிழவனார் கிளம்பிப் போன பத்து நிமிஷத்தில் பால சுப்பிரமணியம் வந்தார்.

"போய்ட்டாரா?" என்றார்.

"ஆமா... என்ன?"

"குடையை வெச்சுட்டுப் போய்ட்டாரே?"

எதற்காகவோ குடையை வாங்கி இப்படியும் அப்படியும் திருப்பிப் பார்த்தேன்.

"சரி... நா போகும்போது குடுத்திர்றேன்" என்று வைத்துக் கொண்டேன்.

சீனிவாச நகருக்கும், ஜெகநாத நகருக்கும் இடையில் நான்கைந்து கி.மீ இருந்தாலும் போகிற வழி.

ஆட்டோ பிடித்துக் கொண்டு போனேன்.

மூர்த்தி வீட்டு வாசலில் ஜனத்திரளை போலீஸ்காரர்கள் அடக்கிக் கொண்டிருந்தார்கள். ஆட்டோவிலிருந்து இறங்கி நுனிக்காலில் நின்றபடி எட்டிப் பார்த்தேன். மூர்த்தியின் அப்பாவோ, அம்மாவோ, ஜானகியோ கண்ணில் படவில்லை.

போலீஸ்காரன் லட்டியை 'ஜிவ்'ன்று வீசியதில் ஜனங்கள் பரவலாக நின்றார்கள். அருகில் வந்து நின்ற பையனை "என்ன?" என்றேன்.

"ஜானகி அக்கா 'கிஷ்னால்' ஊத்தி கொளுத்திக்கிச்சாம்" என்றான்.

தினமணி கதிர் – 1986

பையன்

உள்ளே நுழைந்ததும் பயமும் வரக்கூடாத இடத்துக்கு வந்துவிட்ட அருவருப்பும் ஏற்பட்டது. அம்மாவுக்குத் தெரிந்தால் அடிப்பார்கள் என்று தோன்றியது.

சங்கர், அவன் அப்பாவின் கையை அனிச்சைச் செயலாய்க்

கெட்டியாகப் பிடித்துக் கொண்டான். அப்பா ஈவிரக்கமில்லாமல் அவன் கையை உதறிவிட்டு, மேற்கொண்டு நொண்டியபடி நடந்து கொண்டிருந்தார். மறுபடியும் முயன்று அவர் கையைப் பிடித்தபோது "பெசாம வாடா" என முறைத்தார்.

மெல்லிய வெளிச்சத்தில் வட்டமான டேபிளைச் சுற்றி ஆங்காங்கே தீவிரமாய்ச் சீட்டாடிக் கொண்டிருந்தனர். ஆவேசமாய் சிகரெட் பிடித்துக் கொண்டிருந்தார்கள்.

சிலபேர் "வாங்க சார்... என்ன கால்ல அடி? யார் பையன்?" எனக் கேட்டுவிட்டு பதிலை எதிர்பாராமல் சீட்டில் கவனமாக இருந்தனர்.

"ஸ்கூட்டர்ல போகும்போது எதிர்க்க எருமமாடு ஒண்ணு வந்துடுச்சி... ஸ்லோ பண்ணிட்டு காலை கீழே வெக்கலாம்னு பாத்தப்ப பின்னாடி ஒரு வேன்" என்று தேவையில்லாமல் அப்பா அவர்களுக்கு விளக்கிக் கொண்டிருப்பது சங்கருக்கு எரிச்சலாக இருந்தது.

ஹாஸ்பிடலுக்குப் போகலாம் என்று சொல்லிவிட்டு அப்பா இங்கே வந்துவிட்டது அவனுக்கு பெரிய இழப்பாக இருந்தது. டி.வி.யில் இன்னேரம் மிக்கி அண்ட் டோனால்ட் ஓடிக் கொண்டிருக்கும்.

"இங்க உட்கார்" -நாற்காலியைக் காட்டிவிட்டு அப்பா சற்றுத் தள்ளி யாருடனோ புஸு புஸு எனப் பேசினார். அந்தக் கிருதா வைத்த மனிதர் என்கிட்ட இல்லையே என்று கையை விரித்துவிட்டு ராவ் வந்தால் வாங்கித் தருகிறேன் என ஏதோ சொல்லிக் கொண்டிருப்பதைப் புரிய முடிந்தது.

சங்கர் அமர்ந்திருந்த நாற்காலிக்கு முன்னால் இருந்த இடத்தில் தலைவர்கள் சம்பிரதாயமாகத் தொங்கவிடப்பட்டிருந்தார்கள்.

அந்த இடம் இதுவரை பரிச்சயம் இல்லாத ஒரு அமைதியில் இருந்தது. போர்க்களத்தில் பதுங்கியிருப்பவர்கள் மாதிரி ரகசியமாகப் பேசினார்கள்.

திடீர் என்று இங்கே போலீஸ் நுழைந்தால் நம்மையும் அல்லவா சேர்த்துப் பிடித்துக் கொண்டு போவார்கள் என்று பயந்தான் சங்கர்.

மறுபடி அவன் அப்பாவைத் துழாவியபோது மூன்றாவது டேபிளில் விசிறி மாதிரி சீட்டைப் பிடித்துக் கொண்டு அதிர்ஷ்டத்தை எதிர்பார்த்துக் கொண்டிருப்பது தெரிந்தது. அப்பாவிடம் சொல்லி விட்டு வீட்டுக்குப் போய்விடலாமா?

குறுக்கே போனால் கோபம்வரும் என்று பேசாமல் இருந்தான்.

எல்லோரும் சீட்டைக் கீழே போட, டேபிளின் மேல் இருந்த சின்னச் சின்ன வண்ண டோக்கன்களை ஒருவர் மட்டும் ஆசையாய்

தம் பக்கம் சேகரித்துக் கொண்டார். அவர்தான் வென்றவர் போலிருக்கிறது. ஒவ்வொரு பிளாஸ்டிக் டோக்கன்களுக்கும் எவ்வளவு மதிப்போ? பத்தா? நூறா?

மறுபடி ஒருவர் சீட்டுகளை எடுத்து நம்பிக்கையோடு குலுக்கினார். ஒவ்வொருவரின் முன்னும் ஒவ்வொரு சீட்டாக வரிசையாகப் போட்டார். அனைவரும் விசிறி மாதிரி வைத்துக் கொண்டு அதைத் தீவிரமாக முறைத்துக் கொண்டிருந்தார்கள். எல்லா டேபிளிலும் இதே நிலைமைதான்.

ஒருவன் எழுந்து வந்து சங்கரின் முன்னால் அமர்ந்து "நீ சீனிவாசன் சாரோட சன்னா?"

ஆமாம் என்றதும் 'வாட் ஈஸ் யுவர் நேம்' என்பது அப்பாவின் நண்பர்களுக்கு வாடிக்கை என்பதும் சங்கருக்குப் பழக்கம்தான். அப்பாவின் நண்பர்களுக்குப் பொதுவான கேள்விகள் சில உண்டு. எத்தனையாவது ரேங்க் என்பார்கள். அம்மா செல்லமா? அப்பா செல்லமா?- இப்படி.

"ஹார்லிக்ஸ் சாப்பிட்றயா?" எனக் கேட்டுவிட்டு சங்கர் மறுத்ததையும் பொருட்படுத்தாமல், அங்கிருந்த அழைப்பு மணியை அழுத்தி ,ஒருவனை அழைத்து ஹார்லிக்ஸ் என்று கட்டளை யிட்டான்.

எங்கள் கிளப்பில் ஹார்லிக்ஸ் என்று சொன்னால் போதும் ஹார்லிக்ஸ் வரும் என்ற பெருமிதம் இருந்தது அவன் முகத்தில்.

"எத்தனையாவது?"என்றான்.

"ஒன்பதாவது"

"என் சன் எய்த்" என்பதில் ஆங்கிலப் புலமை. அப்பாவின் நண்பர்களின் செயற்கை தன்மைகள் சங்கருக்கு எரிச்சலாக இருக்கும். எந்த ஸ்கூல்? ஹெட் மாஸ்டர் பேர் என்ன என சில விசாரிப்புகளுக்குப் பிறகு ஹார்லிக்ஸ் வந்ததும் குடிக்கச் சொல்லிவிட்டு அகன்றான்.

அப்பாவின் நண்பர்களின் கேள்விகளில் இருக்கிற செயற்கைத் தன்மை சங்கருக்கு நிறைய நேரம் எரிச்சலை ஏற்படுத்தும்.

சங்கருக்கு அங்கிருப்பவர்களின் தீவிரமான மௌனம் பயத்தை அதிகரித்தது. அசோகன், நம்பியார் மாதிரி யாராவது அஹா.. அஹா என்று சிரித்துக் கொண்டு அந்த வால் பேப்பர் ஒட்டியுள்ள சுவர் விலகியதும் உள்ளிருந்து வெளிப்படுவார்கள் என்று பயத்தோடு எதிர்பார்த்தான்.

மறுபடி அப்பாவைப் பார்த்தான். இந்த முறை அப்பா சீட்டைக் குலுக்கிக் கொண்டிருந்தார். இப்போதைக்கு வரமாட்டார் என்று

தோன்றியது. அப்பா இதில் என்னதான் சுகம் கண்டார் என்பது புரியவில்லை.

இழந்திருக்கிறார். ஊரிலிருந்த பத்து ஏக்கர் நிலங்களை, அம்மாவின் ஐம்பது சவரன் நகைகளை, மூன்று பெண்களின் திருமண வைபவங்களை, அடிக்கடி ஆபிஸ் சம்பளங்களை, மானம் மரியாதை போன்றவற்றை... வரிசையாக இழந்திருக்கிறார். கடன்பட்டிருக்கிறார். வேலையில் இருந்து நிற்கும்போது கிடைக்கப்போகும் பணத்தைச் சொல்லியும் கடன்பட்டிருக்கிறார்.

விருந்தாளிகள் வந்துவிட்டால் அம்மாவுக்குத் தர்மசங்கடம். எங்க அவரு என அவர்கள் கேட்க வெளியே போயிருக்கார் என்று அம்மா சமாளிக்க- அப்பா மூன்று நாட்கள்கூட வீட்டுக்கு வராமல் இருந்துவிடுவதுண்டு.

அப்பா என்னதான் மகிழ்ச்சியடைகிறார் என்று வியந்து பார்த்தான்.

எவ்வளவு சொத்து, நகைகளை இவர்களில் யார்தான் அப்பாவிடம் இருந்து ஏமாற்றி இருப்பார்கள் என்று எல்லோரையும் விரோதமாகப் பார்த்தான்.

அனைவருமே இரவும் பகலுமாகத் தோற்றுக் கொண்டிருப்பவர்களாகவே தோன்றினர்.

இரண்டாவது டேபிளில் இருந்த மஞ்சள் கலர் சபாரி அணிந்தவனும் நான்காவது டேபிளில் இருந்த ஒரு கூலிங் கிளாஸ்காரனும் சற்று போஷாக்காய் இருந்தனர். ஆடுபவர்களின் பலவீனங்களைப் பயன்படுத்தி வட்டிக்குக் கொடுப்பவர்கள் என்று எழுதி ஒட்டியிருந்தது.

இவர்கள் இருவரும் ஒழிந்தால் கிளப்பில் இருப்பவர்களில் சிலராவது உருப்படுவார்கள் என்று மானசீகமாய் இருவருக்கும் சமாதி கட்டினான்.

கட்டைச் செருப்பு போட்டுக் கொண்டு நிறைய பேர் வருவது மாதிரி சப்தம் கேட்டது.

ஒருவேளை போலீசா?

வந்தது ஹை ஹீல்ஸ் அணிந்த இரண்டு பெண்கள், சங்கருக்கு ஆச்சர்யமாக இருந்தது. பேண்ட் போட்டிருந்தார்கள். சீட்டாடிக் கொண்டிருந்தவர்கள் எல்லாம் பெண்களை ஒருமுறை திரும்பிப் பார்த்துப் புன்னகையால் வரவேற்றனர்.

வந்தவள் “யாரிது? சின்ன பையன்கோலாம் நம்ப கிளப்புக்கு வர்றாங்க?” கோணல் மாணலாய் தமிழ் பேசி எதிரே அமர்ந்தாள்.

"நம்ம சீனிவாசன் சாரோட சன்" என்று யாரோ பெரிய மனது பண்ணி அவளுக்கு சங்கரை அறிமுகப்படுத்தினார்கள்.

மற்றவள் ஹேண்ட் பேக்கைத் திறந்து லிப்ஸ்டிக்கை எடுத்து உதட்டின் நிறத்தை அடர்த்தி செய்துவிட்டு சிகரெட் பிடிக்க ஆரம்பித்தாள்.

நாம் இங்கே வந்தது அம்மாவுக்குத் தெரிந்தால் அம்மா நிச்சயம் அடிப்பார்கள் என்ற உணர்வு அதிகரித்தது. போகிற போக்கு சரியில்லை போல் பட்டது. இங்கிருந்து போய்விட வேண்டும் என்பதைத் தீவிரமாக உணர்ந்தான்.

இன்றைக்குப் பார்த்துதான் போலீஸ் நுழையப் போகிறது லட்டி பிய்ந்து போகிற அளவுக்கு அடி விழப் போகிறது.

மாநகராட்சிப் பள்ளியின் சன் ஷேடோவுக்குக் கீழே இடிந்து போன ஜில்லா கிளை நூலகத்தின் அழுக்குக் கலந்த நிழலில் எல்லாம் சீட்டு விளையாடிக் கொண்டிருக்கிற சிலரைப் போலீஸ், அவர்களின் கையைப் பின்புறமாக லுங்கியாலோ, கைக்குட்டையாலோ இறுக்கிக் கட்டிவிட்டு அடியோ அடி என்று அடித்து இழுத்துக் கொண்டு செல்வது சங்கருக்கு ஞாபகத்துத்துக்கு வந்தது.

"வாட் ஈஸ் யுவர் நேம் பாய்?" என்றாள், வெள்ளை நிறத்துடன் பரந்து காணப்பட்டவள். சங்கருக்கு அந்தச் சாதாரண கேள்வியே படு எரிச்சலாய் இருந்தது. அலட்சியமாய் குனிந்திருந்தான்.

என் பெயரைத் தெரிந்து கொண்டு என்ன செய்யப் போகிறாய் என்று கேட்க வேண்டும் போல இருந்தது.

தாடையை நுனிவிரலால் தூக்கி, "இங்லிஷ் தெரியாதா?" என்றாள். மறுபடி குனிந்து கொண்டான்.

"ஃபா இன்னா ரோஷம்? பின்ன பேரைக் கேட்டா சொல்லவே மாட்டேங்கிறான்."

"பேசத் தெரியாதா?"

"டேய் என்னடா பிகு பண்றே சொல்டா"- இது லிப்ஸ்டிக் போட்டவள்.

பளார் என்று ஒரு அடி முதுகில் சற்றும் எதிர் பார்க்காத நேரத்தில் விழுந்தது. திரும்பிப் பார்த்தான். அப்பா...

"நானும் எவ்ளோ நேரமா பாக்கறேன். பெரியவங்க கேட்டா என்னமோ திமிரா ஒக்காந்திருக்கியே? சொல்டா" என்றார்.

கோபமும் அவமான உணர்ச்சியும் தேம்பலும் சேர்ந்து, உச்சரித்தான்... "சங்..க்கர்"

"என்ன சார் நீங்க... குழந்தைகிட்ட போய்..." ஒருவர் அப்பாவை

அடக்க, "என்ன திமிர்? கேக்றாங்க முறைச்சுகிட்டு உட்காந்திருக்கான். எங்க இருந்து இவ்ளோ அடம்?" என முறைத்தார்.

"இந்த மாதிரி பையன் இருந்தா ஹாஸ்டல்ல விட்டுடுவேன். டிஸிப்ளின் ஃபர்ஸ்ட்" ஹாண்ட் பேகை மூடிக் கொண்டு ஏதோ ஒரு டேபிளில் போய் கலந்து கொண்டனர் பெண்கள்.

நாலைந்து பேர் அப்பாவைச் சமாதானப்படுத்தி அழைத்து சீட்டைத் தொடர வைத்தனர்.

சங்கருக்கு ஹார்லிக்ஸ் கொடுக்கச் சொன்னவர் மீண்டும் வந்து "இப்படிப் பண்ணலாமா அப்பாவுக்குத்தானே அசிங்கம்" என்றார். மீண்டும் அறிவுரையும் ஆறுதலுமாகப் பேச ஆரம்பித்துவிட்டார். "ஆல்வேஸ் டிஸிப்ளின் இஸ் இம்பார்ட்டன்ட்..."

கண்களில் நீர் முட்டிக் கொண்டு நின்றது. தேம்புவதை எவ்வளவு கட்டுப்படுத்தியும் நிறுத்த முடியவில்லை.

"நீலிக்கண்ணீர் விட்றதில் பெரிய ஆள்... அங்க அழுதுகிட்டிருந்தே மறுபடியும் ஒத வாங்குவே" அப்பா மீண்டும் ஆத்திரமானார்.

அம்மா அழும்போதும் நீலிக்கண்ணீர் என்றுதான் சொல்லுவார்.

யாரோ இரண்டு பேர் "நல்ல பையனா இருக்கணும்.. அப்பாவுக்குக் கோபம் வர்ற மாதிரியா நடந்துக்கிறது... அவர் மனசு கஷ்டப்படும் இல்ல" என முதுகைத் தட்டி சமாதானம் செய்தனர்.

மறுபடி அமைதியாகிவிட்டது. சங்கருக்கு அவசியமும் அவசரமுமாய் வீட்டுக்குப் போய்விட வேண்டும் என்று தோன்றியது. அப்பாவுக்குக் கோபம் ஆறியிருக்குமா எனச் சந்தேகமாக இருந்தது.

தைரியமாய் போய் அப்பாவின் அருகில் நின்றான்.

"என்னடா" அப்பாவுக்குப் பக்கத்தில் சில ப்ளாஸ்டிக் டோக்கன்கள் இருந்தன. மகிழ்ச்சி முகத்தில் தெரிந்தது.

அதற்குள் ஆடிக் கொண்டிருந்த ஒருவர், "ஏன் ஸார் பையனை எல்லாம் கூட்டியாந்து அவஸ்தைபடுத்துறீங்க?" என்றார். அதில் உள்ள நியாயம் புரிந்துவிட்டதுமாதிரி அப்பாவும் "போறியாடா?" என்றார். தலையாட்டினான்.

"பஸ் தெரியுமா?"

"தெரியும்"

"நெம்பர் என்ன சொல்லு"

"தெரியும்" என்றான் மறுபடி.

"சொல்டான்னா" மீண்டும் உஷ்ணம்.

"சரி சார் நானும் கிளம்பறேன். அப்படியே உங்க பையனையும்

பஸ்ல ஏத்தி விட்டுட்டு போறேன்" ஆட்டத்தின் நடுவே ஒருவர் எழுந்தார்.

அப்பா அவரை, "உங்களுக்கு என்ன ஸார் அவசரம்? ப்யூன்கிட்ட சொன்னா போய் பஸ்ல ஏத்திவிட்டுட்டு வர்றான்" என்றார்.

"இருந்து என்ன பண்ணப் போறேன். அவ்வளவுதான்" பேண்ட் பாக்கெட்டை வெளியே இழுத்துவிட்டுக் காண்பித்தார்.

"அட என்ன சார் உங்களாண்ட இல்லாத பணமா? போலீஸ் உத்தியோகம்... சும்மா ஒரு ரவுண்ட் வெளியே போய் வந்தா போதாதா? சைக்கிள்ல பெல் இல்லாதவன் லைசன்ஸ் இல்லாதவன் எவ்வளோ பேர் போறான். ஒரு நாளைக்கு கிம்பளமாவே அடிச்சுட்டுப் போறீங்க... எங்களாட்டமா?" —ஒருவர் நொந்து கொண்டார்.

"அட நீ வேறப்பா" என்றபடி நாற்காலியில் இருந்து எழுந்து உடம்பை இப்படியும் அப்படியுமாக முறுக்கி சரி செய்து கொண்டார்.

சங்கரின் முதுகைத் தொட்டு "வாப்பா" என்றபோது அவர் கை படாமல் விலகிக் கொண்டான். மீளமுடியா அதிர்ச்சியுடன் அவருடன் நடந்தான்.

படங்களில் தலைவர்கள் இன்னும் அப்பாவித்தனமாய்ச் சிரித்துக் கொண்டிருந்தனர்.

தினமணி கதிர்– 1997

பாதிப்பு

*எ*ன்னைப் போலவே அப்பாவுக்கும் தூக்கம் பிடிபடவில்லை என்று தெரிந்தது. அடிக்கடி இருமிக் கொண்டிருந்தார்.

ஊரிலிருந்து வந்த தம்பியின் மாமனார் விடும் குறட்டைச் சத்தம் யாரைத்தான் தூங்கவிட்டது?

வந்ததும் வராததுமாக அப்பாவிடம் என்னைப் பற்றித்தான் அதிகம் விசாரித்தார் அவர்.

“என்னங்க இன்னும் கததான் எழுதிக்கிட்டு இருக்கானா? வயசுபாட்டுக்கு ஆகுது. இன்னும் பொறுப்பு வரலைன்னா எப்படி?”

“..............”

“கல்யாணத்தப்ப பெரியவனுக்கு வேலை கிடைச்சதும் நிதானமா பண்ணப் போறேன்னு சொன்னீங்க. பையன் போற போக்கப் பாத்தா வேலைக்குப் போற உத்தேசமே இல்லை போலத் தோணுதே?”

“..............”

“செலவுக்கு என்ன பண்றான்..?”

“நான்தான் கொடுப்பேன்... சின்னவனும் கொடுப்பான்.”

“நல்லாருக்கா.. எவ்வளவு நாளைக்கு இப்படிக் குடுக்க முடியும்?”

அப்பாவுக்கு மேற்கொண்டு இதைப்பற்றிப் பேசிக் கொண்டிருக்கப் பிடிக்கவில்லை. அதுவும் நானும் அங்கே இருக்கிறேன் என்று தெரிந்தும் இப்படியெல்லாம் பேசுவது அவருக்கு எரிச்சலாகக்கூட இருந்திருக்கும். கேள்வி கேட்கிறவர் என் மனசு புண்படுமே என்று யோசித்திருக்க வேண்டும். குறைந்தபட்சம் அடுத்தவர் விஷயத்தில் எந்த அளவுக்குத் தலையிடலாம் என்ற இங்கிதமாவது இருந்திருக்க வேண்டும்.

அப்பா பேச்சைத் திருப்புகிற உத்தேசமாக “அவன் விதி.. ஊர்ல எல்லோரும் சௌக்கியமா?” என்றார்.

நான் சுவற்றுத் தடுப்புக்கு மறுபக்கத்தில் நாற்காலியில் அமர்ந்திருந்தேன். எனக்கு உறைக்க வேண்டும் என்றுதான் தம்பியின் மாமனார் அப்படிப் பேசினார் என்பது புரிந்தது. “இத கேட்க நீ யார்யா?” என்று சட்டையைப் பிடிக்கிற கோபம் வந்தது. அப்பா எனக்கு ஆதரவாகக் குரல் கொடுத்திருக்கலாம் என்று நினைத்துக் கொண்டேன். எங்கிருந்து ஆதரவுக் குரல் கொடுப்பது... கூட சேர்ந்து திட்டாமல் இருக்கிறவரை சந்தோஷம்.

சங்கரின் கல்யாணத்துக்குப் பிறகு எனக்கு இப்படி ஒரு நெருக்கடி.

ஆயிரம் பேர் துக்கம் விசாரித்தார்கள்.

உரிமையுள்ளவர்கள், ‘தம்பிக்குக் கல்யாணத்தைப் பண்ணிட்டு இப்படி வெட்டியா ஊர் சுத்திட்டு வர்றியே வெக்கமா இல்ல உனக்கு?’ என்றார்கள்.

அக்கறை உள்ளவர்கள், ‘முதல்ல ஒரு வேலை தேடிக்கோ. சைட்ல கதை எழுது’ என்றார்கள்.

சிலர் கணக்குப் பிள்ளை மாதிரி கேட்டார்கள்.

“ஒரு கதைக்கு எவ்வளோ குடுப்பான்?”

சொன்னேன்.

“வீட்ல சும்மா தானே இருக்கே? அப்போ மாசத்துக்கு அம்பது அறுவது கதை எழுதித் தள்ள வேண்டியதுதானே? உன் தம்பியவிட உனக்கு வருமானம் அதிகமாயிடும். எந்தப் பய உன்ன கேள்வி கேட்பான்?”

நான் பாப்கார்ன் மிஷின் இல்லை. மாதத்துக்கு அம்பது கதையை என்னால் பொரிக்க முடியாது. கதையைப் பிரசவிப்பதும் அதை பத்திரிகை ஆபிஸுக்கு அனுப்பி வைப்பதும், போன வேகத்தில் திரும்பி வருவதும்... திரும்பி வராமலும் போவதும்... வந்தாலும் பணம் அனுப்ப தாமதமாவதும் வந்த செக்கில் இனிஷியலை மாற்றிப் போட்டுவிடுவதும் அதை மாற்ற அலைந்து திரிவதும்... யாருக்கும் புரிய வாய்ப்பில்லை. சிறுபத்திரிகையில் எழுதுவது தனி கண்ணீர் கதை. நாம் பார்த்து அவர்களுக்கு ஏதாவது சகாயம் செய்தால்தான் பத்திரிகையே வெளிவரும்.

கேட்கிற கேள்விகளுக்குப் பதில் சொல்லி முடியவில்லை. அரவானி ஆனவன் வீட்டில் தங்க முடியாமல் தவிக்கிற தவிப்பு புரிந்தது எனக்கு.

கல்லூரிப் படிப்பைப் பாதியில் நிறுத்தி, கதை எழுதுகிறேன் பேர்வழி என்று ஒற்றைக் காலில் நின்றபோது அப்பா ஒன்றும் சொல்லவில்லை. எழுதிய கதைகளைப் புத்தகமாகப் போட ஆர்வம் காட்டினார். பெரிய எழுத்தாளனாய் ஆவேன் என்று ஆசைப்பட்டார். “கரித்துண்டு படிச்சிருக்கியா?.. மு.வ. எந்த பத்திரிகையிலும் எழுத மாட்டார். ஸ்ட்ரெய்ட்டா புக்கா போட்டுடுவாரு.. நாரண. துரைக்கண்ணன் மாதிரி யார் எழுதுறாங்க இந்தக் காலத்தில?... தமிழ்ல ஞானபீடம் வாங்கின ஒரே ஆளு அகிலன்தான்...” என்று எனக்குப் பிடிக்குமே என என்னிடம் அவரறிந்த இலக்கியம் பேசினார். இதோ இதோ என்று எட்டு வருடம்.. நான் எழுத்தாளன் என்பது தபால்காரனையும் சேர்த்து இருபது பேருக்குத் தெரிந்தால் அதிகம்.

சங்கர் எனக்கு முன்னால் படித்ததும், வேலைக்குச் சேர்ந்தது கல்யாணம் பண்ணிக் கொண்டதும்கூட அப்பாவைக் கவலை அடையச் செய்யவில்லை. புதிய உறவினர்கள் கேட்கிற கேள்வியில் அப்பா என் எதிர்காலம் குறித்துப் பயந்து போனார்.

தம்பிக்குத் திருமணம் ஆனதிலிருந்துதான் சிக்கல் அதிகரித்தது. அம்மா இறந்தபோது வீட்டுக்கு ஒரு சமையல்காரியின் அவசியம்

இருந்தது. அப்பா ஏனோ ஒரே கல்லில் இரண்டு மாங்காய் கணக்காய் என் கல்யாணப் பேச்சை எடுத்தார்.

வினோவை அப்போது நான் காதலித்துக் கொண்டிருந்தேன். வருவாய் இல்லாமல் கல்யாணம் செய்து கொள்ள யோசனையாக இருந்தது. வேலை இல்லை என்று எவ்வளவு நாளைக்குத் தள்ளிப் போடமுடியும்? சங்கர் நல்ல வேலையில் இருந்தான்.

சங்கரின் திருமணம் நடந்தது. கீதா ஆரம்பத்தில் மிகவும் பணிவாக இருந்தாள். நான் எழுதிய கதைகளைக் கேட்டு வாங்கிப் படித்தாள். எப்படிக் கதை எழுத வேண்டும் என்று எழுத்தாள ஆசையோடு கேட்டாள். (வெள்ளை பேப்பரில் எழுத வேண்டுமா கோடு போட்ட பேப்பரில் எழுத வேண்டுமா?)

சீக்கிரத்திலேயே அநியாயத்துக்கு வித்தியாசம் காட்டினாள்.

எனது கதைகளை, பேப்பர்களை, சஞ்சிகைகளை மூட்டையாகக் கட்டி பரண்மேல் போட்டுவிட்டாள். ஏதாவது வேலையாக நான் அறைக்குள் நுழைந்தபோது கட்டிலில் படுத்தவாறே என்ன வேண்டும் என்றாள். இதையெல்லாம் சங்கரும் கண்டு காணாமல் இருப்பது தெரிந்தது.

பிறகு ஒரு வழியாக அவள் என்னிடம் பேசுவதை நிறுத்திக் கொண்டாள். அவளின் இன்ப வாழ்வுக்கு நானொரு நந்தி. என்னால் வீட்டில் இருக்க முடியவில்லை. முன் வாசலில் அப்பா பொழுதெல்லாம் தந்தி பேப்பரைப் படித்துக் கொண்டிருப்பார். உண்பதற்கும் உறங்குவதற்கும் வீட்டுக்குள் செல்வோம். சாப்பிட்டுக் கொண்டிருக்கும்போதே சாப்பிட்டு முடித்ததும் எங்கே போவது என்று யோசிக்க வேண்டியிருந்தது. சங்கரை நான் அட்டையாக உறிஞ்சுவதாகப் புரளி நிலவியது.

சமயத்தில் எழுதுவதை எல்லாம் மூட்டைக் கட்டிவிட்டு ஏதாவது செக்யூரிட்டி வேலைக்காவது முயற்சி பண்ணலாமா என்று தோன்றும்.

"இந்த மாசம் இலக்கியச் சிந்தனைக் கூட்டத்தில் உன் கதையைப் பத்திதான் ரொம்ப நேரம் பேசினாங்க. கடைசியில வேற ஒருத்தருக்குப் பரிசு கொடுத்துட்டாங்க. விடாம எழுது. உனக்கு நல்ல எதிர்காலம் இருக்கு" எக்மோர் பாலத்தில் ஏறிக் கொண்டிருந்தபோது எதிரில் வந்தவர் உசுப்பேத்திவிட்டுப் போய்விட்டார். இப்படித்தான் யாராவது சொல்லி சொல்லி என்னை எழுத்தாளனாகவே தக்க வைக்கிறார்கள்.

படிக்கப் போனால்.. வேலைக்குப் போனால்.. காதலித்தால்..

அதில் தோற்றால்.. கல்யாணம் செய்தால்.. குழந்தை பிறந்தால்.. பிறக்கவில்லை என்றால்.. எல்லா விஷயங்களிலும் கதைகள் இருக்கின்றன. எழுதலாம். அது யாரையாவது பாதிக்கிறதா என்பது தெரிந்தால் எழுதுகிற ஆர்வம் பூர்த்தியாகிறது. முன்பெல்லாம் அப்பா என் கதை பற்றி ஏதாவது சொல்லுவார். என் எதிர் காலம் அவரை அச்சுறுத்திவிட்டது. இப்படி உற்சாகப்படுத்துவது என்னை நரகத்தில் தள்ளிவிடுவதாக அச்சம். கொஞ்சம் கொஞ்சமாகக் குறைத்துக் கொண்டுவிட்டார். பையனின் வாழ்க்கை இப்படி ஆனதற்கு தானே ஒரு காரணம் என்று குற்ற உணர்ச்சி ஆட்கொண்டுவிட்டது. பாராட்டுவது குறைந்து போய்... நிறுத்தியேவிட்டார். எப்போது முதல் அறிவுரைகளை ஆரம்பிப்பார் என்று தெரியவில்லை.

அப்பா திரும்பிப் படுத்து இருமினார். அவர் கொஞ்சம் தண்ணீர் குடித்தால் இருமல் தணியும். தண்ணீர் வேண்டுமானால் சமையல் அறைக்குச் செல்ல வேண்டும். படுக்கையறையையே பாதி தடுத்து சமையலுக்கு விட்டிருந்தார்கள். லைட்டைப் போட்டதும் கட்டிலில் இருப்போர் வாரி சுருட்டிக் கொண்டு தூங்குவார்கள்(!). படுக்க வரும்போதே ஒரு சொம்பில் தண்ணீர் கொண்டு வந்து வைத்துக் கொள்ள வேண்டும்.. மறந்து போகிறது.

எனக்கு இன்று தூக்கமே வராது போல் தெரிந்தது. வினோ பாவம். எனக்காகவே, காத்திருந்து காத்திருந்து, 'நான்தான் வேலைக்குப் போறேனே' என்றுகூட சொல்லிப் பார்த்தாள்.

கடிகாரம் கரக் என்ற முன்னறிவிப்புக்குப் பின் பனிரெண்டு மணியடித்தது. அதற்காகத்தான் காத்திருந்தது மாதிரி எழுந்து போய் சிறுநீர் கழித்துவிட்டு வந்து படுத்தேன்.

"எனக்கு
யாருமில்லை
நான்கூட.."

நகுலன் கவிதை ஞாபகத்துக்கு வந்தது.

அப்பாவின் இருமல் இம்முறை வெகுநேரம் நீடித்தது. மார்பைப் பிடித்துக் கொண்டு எழுந்து உட்கார்ந்து கொண்டார்.

"தண்ணி கொண்டுவரட்டுமாப்பா?"

"வேணாம்..." கூடவே கையசைத்தார்.

என்னிடம் ஏதோ பேச விரும்புகிறவராக உற்று நோக்கினார். நான்

அவரைப் பார்த்தபடி அருகில் அமர்ந்தேன்.

"போனமாசம் நிஜம் பத்திரிகையிலே ஒரு கதை எழுதியிருந்தியே"

"சில அடிப்படைகள்.."

ஆமாம் என்ற தலையசைப்பு. மெல்ல தோளைத் தட்டி, "ரொம்ப நல்லா இருந்ததுடா" என்றார்.

சத்யா மாத இதழ்– 1991